哈福

哈福

第一次
Vietnam Made Easy
學越南語
超簡單！

陳依僑・Nguyen Kim Nga ◎合著

哈福

【前言】

簡易中文拼音學習法，
1 秒開口說越南語

今周刊・財訊報導:東協大躍進,台灣囝仔成了東協闖王。

越南是東協五國之一。

越南語非學好不可,

台商赴越南創業必備。

企業家、投資、經商、工作、觀光、溝通無障礙；

家有越南配偶、新著民、家事幫傭、監護工、勞工絕對好溝通。

為達到快速學好越南語的需求,本書精選基礎會話和單字,以最簡易的句子表達,越南文部分特加上拼音,懂中文就能開口說越南語,易學易懂,可以馬上套用、聊天。

國內有不少越南新住民、監護工、越勞、雇主、越南配偶,在日常生活中,會碰到的情境會話,盡在本書中。國人看中文拼音,就能立刻說越南語；越南人看越南語,就能學中文,學習零負擔,快速達到溝通目的,是輕鬆學好越南語或中文的捷徑。

在內容編排上,全部以生活化內容為主,再配合分門別類的精選單字,讓您更易於理解。

為加強學習效果,本書附有 MP3,特聘越南籍老師錄製,學習純正道地的越南語,有助你掌握實際的發音技巧,加強聽說能力。MP3 內容為中文念一遍、越南語念兩遍,第一遍為正常速度、第二遍念稍慢,多注意錄音老師的唸法,跟著老師的發音覆誦練習,才能講出最標準的語調,反覆練習,純正越南語脫口說。

語言學習,不外乎「說、聽、讀、寫」這四個大方向。每種學

習都需要不同的教材，針對一個部分做專門的訓練。該說的越南語，無法用看的；會話的學習，需要你去模仿，跟著越南人學習、開口式直覺學習！

　　本書符合學習專項的內容設計，跟著它學習，讓你的越南語學習不再有語障。說你想說的一句話，活用簡單越南語，隨時隨地必備的話語，隨時能解決你所面對的任何問題！

本書分二部份：

第一部是會話和單字

最佳越南語學習秘笈

　　本書專為沒有越南語發音基礎的人，在沒有任何學習壓力下，馬上能夠開口說越南語，和越南人聊天。所以利用「中文拼音」這一個小把戲，讓學越南語變得好輕鬆、好自然。

●

學好越南語的關鍵就在單字會話

　　從越南語單字會話學起，精心收集越南人使用頻率最高的會話和單字，採中文拼音輔助，依據情境、分類編排，快速掌握必備單字會話，很快的越南語就能流利上口。

●

用耳朵加強聽說能力

　　為加強學習效果，最好能搭配本書的精質 MP3，學習純正道地的越南語，有助你掌握實際的發音技巧，加強聽說能力。請讀者注意越南語老師的唸法，跟著老師的發音覆誦練習，才能講出最標準的發音，反覆練習，自然說出一口流利越南語。

第二部是 字母發音

這個部份是，從字母發音開始介紹，精選基礎單字和會話，以最簡易的句子表達，越南文部分特加上拼音，懂中文就能開口説越南語，易學易懂，可以馬上套用，看中文或拼音，就能立刻説越南語，完全沒有學習的負擔，開口流利又道地，輕鬆學好越南語。幫助讀者快速學習，達到溝通目的。

聲音＋教材雙效合一，圖解精緻生動，全方位學習零障礙，效果立現。精心設計的單元，內容豐富活潑、簡單易學，有助你掌握實際的發音技巧，加強聽説能力，學習純正道地的越南語。不用上補習班，有此一書，就好像請了一位免費的越南語家教，是你自學越南語的好幫手。請讀者注意錄音老師的唸法，跟著老師的發音，才能講出最標準的語調，反覆練習，自然説出一口純正的越南語。

在內容的編排上，本書以字母為編排順序，再配合相關的單字及會話。「單字補給站」分門別類的單字，讓您更易於理解吸收。

易學好記

簡易中文注音法，懂中文就會説越南語，每個單字都是簡單實用的，並配合淺顯易懂、生動的例句，讓你快速記憶，更懂得如何正確應用每個單字。

編排清晰

內容按字母順序排列，採中文、越南文、拼音對照，字母並附音標，排版設計一目瞭然，一書在手，學習事半功倍。以深入淺出的方式，詳細介紹越南語字母及單字。透過系統化的表格，完整呈現、一目瞭然，快速掌握越南語。

精選常用的單字，加強記憶學習。不用上補習班，一書在手，有如請了一位免費的家教老師在身邊，快速掌握必備單字。

　　越南自古和中國淵源頗深，受中國的影響極大，節日習俗上也有過年、端午節、中秋節等。隨著兩地經貿往來的密切，有不少台商到越南投資、做生意。越南有蕉風椰影的熱帶風光，每年都吸引台灣觀光客前往旅遊。能懂些越南語，觀光、經商、工作都能更便利。

　　到越南，無論是旅遊觀光、投資做生意，能夠融入當地環境、說越南語、交朋友，瞭解當地的民情風俗及表達方式，加強與本地人溝通，洽公、溝通更便利，純粹觀光旅遊，也能倍增樂趣；投資事業生意更能平步青雲，創造出一番好業績。

本書使用方法

【目錄】

第二部 字母發音

Part 1

·

入門篇

越南語簡介

　　越南語是單音節語言，一個音節是一個讀音單位，都有一定的意義。越南語字母是以羅馬系統拼寫，現代越南語是以河內話為標準語，越南語的語音系統包括 19 個子音、11 個母音和 6 個聲調，6 個聲調符號出現在母音的上方或下方。

▌子音和母音

子音表

	字母	音標			字母	音標
1	b	b		11	d,gi,r	z
2	m	m		12	l	l
3	p	p		13	ch,tr	c
4	ph	f		14	nh	ŋ
5	v	v		15	c,k,q	k
6	th	t'		16	ng(ngh)	ŋ
7	t	t		17	kh	x
8	đ	d		18	g(gh)	r
9	n	n		19	h	h
10	x,s	s				

	字母	音標			字母	音標
1	i	i	7		u	u
2	ê	e	8		o	o
3	e	ɛ	9		o	ɔ
4	u	ɯ	10		a	r
5	o	r	11		a	ɑ
6	a	ɑ				

▌聲調介紹

越南語有六個聲調：第一聲為平聲（ba g）、第二聲為玄聲（huyền）、第三聲問聲（hỏi）、第四聲為跌聲（ngã）、第五聲為銳聲（sắc）、第六聲為重聲（nặng）。

聲調表

調序	越語名	調名	調	調號
1	bằng	平聲	高平	–
2	huyền	玄聲	陽平	`
3	hỏi	問聲	陽上	?
4	ngã	跌聲	陽上	~
5	sắc	銳聲	陽去陽入	´
6	nặng	重聲	陽去陽入	.

字母		名稱	
大寫	小寫	越語讀音	音標
A	a	a	ɑ
Ă	a	á	a
Â	â	ớ	r
B	b	bê	be
C	c	sê	se
D	d	dê	ze
Đ	đ	đê	de
E	e	e	ɛ
Ê	ê	ê	e
G	g	giê	ze
H	h	hát	hat
I	i	i	i
K	k	ca	ka
L	l	e-lơ	ɛlʋ
M	m	em-mờ	ɛmʋ

字母		名稱	
大寫	小寫	越語讀音	音標
N	n	en-nờ	ɛnv
O	o	o	ɔ
O	ô	ô	o
Ơ	ơ	ơ	v
P	p	pê	pe
Q	q	cu	ku
R	r	e-rờ	ɛrv
S	s	ết-sì	ɛtsv
T	t	tê	te
U	u	u	u
Ư	ư	ư	ɯ
V	v	vê	ve
X	x	ich-sí	iksi
Y	y	i-dài	izai
		(ì-cờ-rét)	(ĭkvɪɛt)

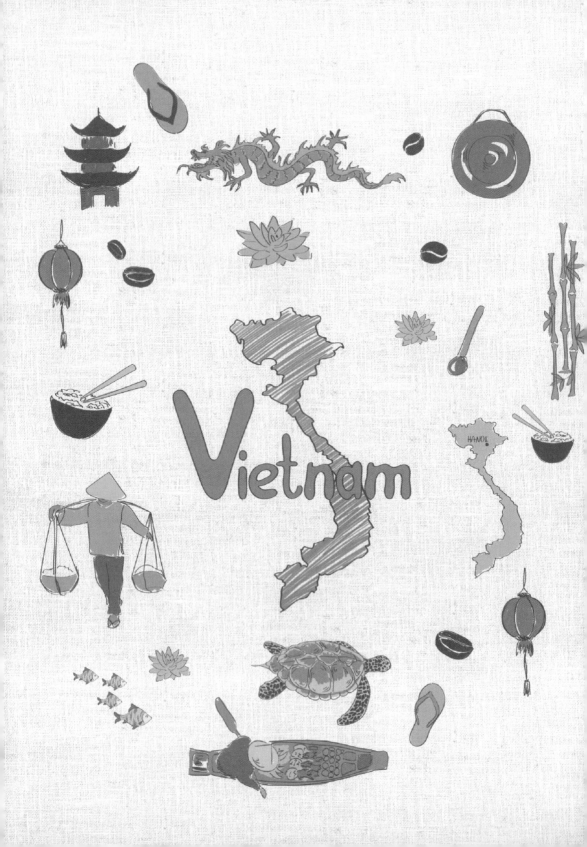

第一章

日常會話

Hội thoại thường ngày

和妥疼壤

祝賀話語 ● Lời nói chúc mừng
了諾畫猛

 3

1	恭喜，恭喜	Chúc mừng, chúc mừng 祝猛祝猛
2	恭喜發財	Chúc phát tài 畫法歹
3	新年好	Chúc mừng năm mới 畫猛南麼
4	祝你新年快樂	Chúc mừng năm mới 畫猛南麼
5	祝你生日快樂	Chúc anh sinh nhật vui vẻ 畫安身影威耶
6	祝你聖誕節快樂	Chúc anh nô-en vui vẻ 畫安挪也威爺
7	恭喜你生了小寶寶	Chúc mừng anh thêm một đứa bé 畫猛安添抹冷別
8	恭喜你結婚	Chúc mừng anh kết hôn 畫猛安給呵
9	恭喜你考上大學	Chúc mừng anh thi đậu đại học 畫猛安梯老來好
10	恭喜你考上高中	Chúc mừng anh thi đậu trung học 畫猛安梯老中好

1	我是阮文	Tôi là Nguyễn văn
		多喇營央
2	您是哪一位？	Anh là ai?
		安喇挨
3	您打錯電話了	Anh gọi lộn số điện thoại rồi
		安弱羅朔領妥惹
4	我找黎先生	Tôi muốn kiếm anh Lê
		多夢跟安列
5	請等一下	Xin đợi một chút
		申了抹晝
6	這是找你的電話	Điện thoại này kiếm anh
		領妥乃跟安
7	阮先生在嗎？	Anh Nguyễn có ở nhà không?
		安營過兒亞空
8	他出去了	Anh ấy đi ra ngoài rồi
		安愛勒呀軟惹
9	你要留話嗎？	Anh có muốn nhắn gì không?
		安過夢央央以空

10	不用，我會再打過來	Khỏi, một lát nữa tôi lại gọi qua
		括抹浪能多來弱蛙
11	對不起，我打錯了	Xin lỗi, tôi gọi lộn số điện thoại rồi
		申羅多弱裸朔領妥惹
12	請說慢一點	Xin nói chậm một chút
		申諾展抹晝
13	請問你貴姓大名？	Xin hỏi quý danh?
		申何貴煙
14	我想打電話回台灣	Tôi muốn gọi điện thoại về Đài Loan
		多夢惹領妥也來朗
15	我要打國際電話	Tôi muốn gọi điện thoại quốc tế
		多夢惹領妥翁爹
16	電話佔線中	Điện thoại đang bận máy
		領妥朗崩賣
17	電話掛斷了	Điện thoại cúp rồi
		領妥郭惹

Cảm ơn chào mời

感恩找麼

---

1 時間不早了，我該走了　Muộn rồi, tôi phải đi thôi

夢惹多乏力拓

---

2 謝謝你的招待　Cảm ơn anh tiếp đãi

感俄安定來

---

3 今天的菜真是太豐富了　Đồ ăn bữa nay phong phú quá

裸骯不乃風富襪

---

4 你做的菜真好吃　Anh nấu đồ ăn ngon quá

安鬧裸骯弱襪

---

5 太麻煩你了　Cảm phiền anh quá

感風安襪

---

6 不要送我了　Không cần tiễn tôi

通梗頂多

---

7 你真好！　Anh tốt quá!

安惰襪

---

8 太感謝你了！　Cảm ơn anh nhiều!

感俄安有

---

9 我剛好有事不能去　Tôi đang có việc không đi được

多朗過影空勒冷

---

10 我下次一定會去看你　Lần sau tôi nhất định sẽ đi thăm anh

冷稍多應冷些勒貪安

1	**請進**	Mời vào
		麼咬
2	**請坐**	Mời ngồi
		麼弱
3	**請喝茶**	Mời dùng trà
		麼永雜
4	**請吃東西**	Mời ăn
		麼骯
5	**請用餐**	Mời dùng cơm
		麼永哥
6	**請往這邊走**	Mời đi hướng bên này
		麼勒橫邊乃
7	**請等一會兒**	Xin đợi một chút
		申了抹晝
8	**請隨便坐**	Mời ngồi
		麼惹
9	**請不要拘束**	Xin cứ tự nhiên
		申更等應

10	歡迎！歡迎！	Hoan nghênh! hoan nghênh!
		荒連荒連
11	下次請再來	Lần sau mời lại đến chơi
		冷稍麼來練這
12	請不要客氣	Xin đừng khách khí
		申冷看起
13	今天有客人來	Bữa nay có khách đến
		不乃過看練
14	去幫客人倒茶	Đi rót trà giùm khách
		勒惹雜永看
15	請問你找誰？	Xin hỏi anh muốn kiếm ai?
		申何安夢更艾

5 節日 ● Ngày Tết
壤電

1	過年我要回台灣	Tết tôi phải về Đài-Loan
		電多肥也來朗
2	除夕夜全家一起吃團圓飯	Đêm giao thừa cả nhà cùng ăn cơm đoàn viên
		連要疼軋亞共骯哥朗應
3	新年好	Chúc mừng năm mới
		畫猛南麼
4	在越南過年要吃四方粽	Ở Việt Nam Tết phải ăn bánh trưng
		兒影南蛙電肥骯半爭
5	去朋友家拜年	Đi nhà bạn chúc Tết
		勒亞榜畫電
6	去花市買桃花	Đi chợ hoa mua hoa đào
		勒者花模花老
7	外面放鞭炮很熱鬧	Ngoài kia có bắn pháo bông rất náo nhiệt
		軟給過棒彷崩仍鬧影
8	過節要拜祖先	Tết phải cúng tổ tiên (=ông bà)
		電乏共奪丁 (= 哦把)

9	中秋節一起去賞月	Tết Trung Thu cùng đi ngắm trăng
		電中偷共力冉張
10	我們來烤肉	Tụi mình đi nướng thịt nha
		堆門勒能疼
11	我們去吃聖誕大餐	Tụi mình đi ăn bữa tiệc lớn mừng nô-en
		堆門勒骯頂樂猛挪也
12	買生日蛋糕幫你慶生	Mua bánh ga tô chúc mừng sinh nhật bạn
		母半讓多祝孟生應榜

TRAVEL TIPS

旅遊須知

　　到越南旅遊有一些是旅客不可不注意的事項，提醒各位留心，以免遺憾。越南海關規定個人如果攜帶超過美金三千元的外幣入境，必須翔實填寫在「入出境申請單」上申報，如果沒有據實辦理，而被海關查獲，超過美金三千元以上的部分將會被沒收，還會被處罰。若攜帶照相機等攝影器材入境，也要確實申報，表示是個人物品，不會留置越南，否則會遭到海關人員刁難。

　　由於越南的衛生條件較差，因此冰品、生菜等最好盡量避免食用，以免腸胃不適。生水不可生飲，最好買礦泉水飲用。

　　越南是共產國家，公安系統嚴密，但對外國人的搶案、竊案仍不少見，尤其是採用飛車搶奪方式更須小心，因此儘量不要將重要證件，如護照放在側背的皮包裡，錢財等貴重物品盡可能不要離身。

　　近年來台灣迎娶越南新娘的風氣盛行，但與越南人結婚時必須注意男方應滿二十歲，女方則應滿十八歲，以免觸法，此外，結婚前最好先進行健康檢查。

1月1日 （春節）	Mồng 1 tháng giêng (=Tết Nguyên đán= Tết Ta)	蜢抹趙應 (=電潤浪=電搭)
1月7日 （開工節）	Mồng 7 tháng giêng (Le khai hạ) (=Lễ khai thổ)	蜢白趙應（列開哈）(=列開駝)
1月15日 （元宵節）	15 tháng giêng (=Tết Nguyên tiêu)(= Rằm tháng giêng)	猛蘭趙應 （=電潤丟） （=然趙晶）
春分後15日 （清明節）	15 ngày sau lập xuân (Tết Thanh Minh)	猛藍愛稍蘭聲 （電灘門）
5月5日 （端午節）	Mồng 5 tháng 5 (Tết Đoan Ngọ)	蜢南趙南 （電朗惹）
7月7日 （七夕）	Mồng 7 tháng 7 (=Lễ bảy sao chức nữ)	蜢白趙白 （=列白稍正能）
7月15日 （中元節）	15 tháng 7 (Tết Trung Nguyên) (= Rằm tháng bảy)	猛蘭趙白 （=電中潤） （= 然趙百）
8月15日 （中秋節）	15 tháng 8 (Tết Trung Thu)	猛蘭趙旦 （電中偷）

9月9日 （重陽節）	Mồng 9 tháng 9 (Tết Trùng Cửu)	蜢真趙真 （電腫枸）
12月30日 （除夕）	30 tháng 12 (Giao Thừa)	巴猛趙猛嗨 （邀疼）

節日篇（陽曆）
Bài Lễ Tết (Dương Lịch)
電（英冷）

1月1日 （新年）	1 tây tháng giêng (Tết Tây) (=Tết Dương Lịch)	抹呆趙應（電呆） （=電應冷）
4月30日 （胡志明市 解放紀念日）	30 tây tháng 4 (Kỷ niệm Thành Phố Hồ Chí Minh giải phóng)	巴猛呆趙登 （給您坦佛和賊 門崖風）
5月1日 （勞動節）	1 tây tháng 5 (Lễ Lao động)	抹呆趙南 （列勞朧）
9月2日 （國慶日）	2 tây tháng 9 (Ngày Quốc Khánh)	嗨呆趙真 （壤郭看）

 配合 MP3 反覆練習，收「聽」、「說」雙重效果！

6 東西壞了 ● Đồ vật hư rồi
裸影亨惹

1 這個電話壞了 　　Điện thoại này hư rồi
領妥乃亨惹

2 這個電視壞了 　　Ti vi(= vô tuyến) này hư rồi
弟意乃亨惹（= 福定乃亨惹）

3 這個冷氣壞了 　　Máy lạnh này hư rồi
賣覽乃亨惹

4 這個冰箱壞了 　　Tủ lạnh này hư rồi
斗覽乃亨惹

5 這個電腦壞了 　　Máy vi tính này hư rồi
賣意登乃亨惹

6 這個收音機壞了 　　Máy ra-đi-ô này hư rồi
賣瑞一勒一喔乃亨惹

7 這個照相機壞了 　　Máy chụp hình này hư rồi
賣主很乃亨惹

8 這個瓦斯爐壞了 　　Bếp ga này hư rồi
別讓乃亨惹

9 這個電扇壞了 　　Cây quạt máy này hư rồi
該瓦賣乃亨惹

10 這個電燈壞了　　Cây đèn này hư rồi
該兩乃亨惹

11 這個電梯壞了　　Thang máy này hư rồi
湯賣乃亨惹

電話	Điện thoại	領妥
電視	Vô tuyến (=ti vi)	否定(=得一)
冷氣	Máy lạnh	賣覽
冰箱	Tủ lạnh	斗覽
洗衣機	Máy giặt đồ	賣養
電腦	Vi tính	否登
收音機	Máy thu thanh (=ra-đi-ô)	賣偷灘 (=拉-勒-喔)
照相機	Máy chụp hình (=máy chụp ảnh)	賣主很(=賣捉安)
瓦斯爐	Bếp ga	別嘎
電扇	Quạt máy	瓦賣
電燈	Đèn điện	兩領
飯鍋	Nồi cơm	挪哥
烤麵包機	Lò nướng bánh mì	裸能半美
熱水瓶	Bình thủy	本頹
飲水機	Máy đun nước	賣隴能
吹風機	Máy sấy tóc	賣塞惰
吸塵器	Máy hút bụi	賣烘卜
攝影機	Máy quay phim	賣歪分
電梯	Thang máy	湯賣

形容詞 ● Tính từ 登等

 9

1	這間房子很大	Căn nhà này lớn quá
		崗亞乃樂襪
2	這顆蘋果很小	Trái bom này nhỏ quá
		債玻乃唷襪
3	這件棉被很輕	Tấm mền này nhẹ quá
		但滿乃也襪
4	這顆石頭很重	Viên đá này nặng quá
		英拉乃難襪
5	這棟大樓很高	Nhà lầu này cao quá
		亞老乃高襪
6	這個地方很低窪，下雨會淹水	Nơi (=chỗ) này thấp quá, trời mưa sẽ ngập nước
		呢(= 卓)乃踏襪，者模協染能
7	打開燈就很亮	Mở đèn sẽ rất sáng
		摩倆些仍上
8	晚上天空變暗	Ban đêm trời trở tối
		幫連者折惰

9	車子開得很快	Lái xe rất nhanh
		賴些仍煙
10	我走路很慢	Tôi đi bộ rất chậm
		多勒跛仍展
11	這條項鍊很貴	Sợi dây chuyền này rất mắc
		捨崖景乃仍忙襪
12	這件衣服很便宜	Quần áo này rất rẻ
		穩傲乃仍爺
13	路邊的風景很美	Cảnh bên đường đẹp quá
		敢邊冷臉襪
14	他長得很英俊	Anh ấy đẹp trai quá!
		安艾臉齋襪
15	他長得很醜	Anh ấy xấu quá!
		安艾紹襪
16	他的心地善良	Bụng dạ anh ấy hiền lành
		崩亞安艾很覽

 透過 MP3，用聽覺學習，效果最快！

形容詞
Tính từ
登等

大	Lớn	樂
小	Nhỏ	唷
輕	Nhẹ	也
重	Nặng	難
高	Cao	高
低	thấp	踏
亮	Sáng	尚
暗	Tối	惰
快	Nhanh	央
慢	chậm	展
貴	Mắc	忙
便宜	Rẻ	爺
美	Đẹp	臉
醜	Xấu	紹
英俊	Đẹp trai	臉齋
善良	Hiền lành (=hiền thảo =lương thiện)	很覽 (=很桃=冷庭)
邪惡	Ác	盎

胖	Mập	瞞
瘦	Ốm	哦
老	Già	亞
年輕	Trẻ	節
強壯	Mạnh mẽ	滿滅
孱弱	Ốm yếu	哦幼
冷	Lạnh	覽
熱	Nóng	弄
好	Tốt	惰
壞	Hư	亨

白色	Màu trắng	毛丈
黑色	Màu đen	毛諒
紅色	Màu đỏ	毛羅
藍色	Màu xanh lam	毛山蘭
黃色	Màu vàng	毛養
粉紅色	Màu hồng	毛哄
綠色	Màu xanh lá cây	毛山拉該
橘色	Màu da cam	毛呀乾
紫色	Màu tím	毛丁
咖啡色	Màu nâu	毛惱

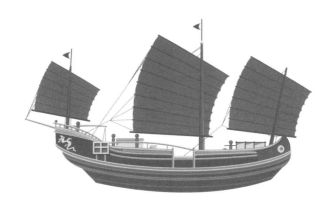

1	在這邊	Ở bên này(=ở chỗ này)
		兒邊乃（＝兒卓乃）

2	在那邊	Ở bên kia(=ở chỗ kia)
		兒邊給（＝兒卓給）

3	在左邊	Ở bên tay trái
		兒邊呆再

4	在右邊	Ở bên tay phải
		兒邊呆乏

5	左轉	Quẹo trái
		郭再

6	右轉	Quẹo phải
		郭乏

7	前面	Đằng trước
		朗正

8	後面	Đằng sau
		朗稍

9	上面	Ở trên
		兒間

10	下面	Ở dưới
		兒硬
11	東邊	Phía đông
		廢龍
12	西邊	Phía tây
		廢呆
13	南邊	Phía nam
		廢南
14	北邊	Phía bắc
		廢棒
15	很遠	Xa lắm
		撒爛
16	很近	Gần lắm
		扔爛
17	在裡面	Ở bên trong
		兒邊中
18	在外面	Ở bên ngoài
		兒邊軟
19	中間	Ở giữa
		兒惹

20	在隔壁	Ở kế bên
		兒個邊
21	在對面	Ở đối diện
		兒落影
22	靠近	Kế cận
		個梗
23	往前	Hướng đằng trước
		橫朗正
24	往後	Hướng đằng sau
		橫朗稍

我的家 ● Nhà của tôi
亞骨多

 11

1	公寓	Chung cư
		中耕
2	大廈	Tòa nhà
		奪亞
3	平房	Nhà bình
		亞本
4	別墅	Biệt thự (=nhà vi-la)
		丙疼 (= 亞意拉)
5	花園	Vườn hoa (=vườn bông)
		影花 (= 影崩)
6	陽台	Ban công
		幫公
7	客廳	Phòng khách
		風看
8	臥房	Phòng ngủ
		風柔
9	廚房	Nhà bếp
		亞便

10	餐廳	Phòng ăn
		風骯

11	書房	Phòng sách
		風善

12	車庫	Ga ra
		嘎拉

13	樓梯	Cầu thang
		夠湯

14	浴室	Nhà tắm
		亞但

15	窗戶	Cửa sổ
		格爍

16	大門	Cửa chính
		格鎮

17	地板	Sàn nhà
		商亞

18	天花板	Trần nhà
		爭亞

 加油！加油！每天都有進步！

第二章

生活情境

Hoàn cảnh sinh hoạt

黃敢身航

1 一起去逛街，好不好？ Cùng đi dạo phố, được không?
共勒咬佛冷空

2 一起去吃飯， 好不好？ Cùng đi ăn cơm, được không?
共勒骯哥冷空

3 一起去看電影，好不好？ Cùng đi coi phim, được không?
共勒郭分冷空

4 一起去散步， 好不好？ Cùng ?đi tản bộ, được không
共勒單玻冷空

5 一起去兜風， 好不好？ Cùng đi hóng gió, được không?
共勒烘唷冷空

6 一起去唱歌， 好不好？ Cùng đi hát, được không?
共勒航冷空

7 一起去市場， 好不好？ Cùng đi chợ, được không?
共勒者冷空

8 一起去買菜， 好不好？ Cùng đi mua rau, được không?
共勒母繞冷空

9	一起去逛夜市，好不好？	Cùng đi chơi chợ đêm, được không?
		共勒這者連冷空
10	一起去游泳，好不好？	Cùng đi bơi, được không?
		共勒玻冷空
11	一起去拍照，好不好？	Cùng đi chụp hình, được không?
		共勒主很冷空
12	一起去看夜景，好不好？	Cùng đi ngắm cảnh đêm, được không?
		共勒然敢連冷空

1 這附近有廁所嗎？ Gần đây có nhà vệ sinh (=Toa lét) không?

扔賴過亞爺生（= 多練）空

2 這附近有公共電話嗎？ Gần đây có điện thoại công cộng không?

扔賴過領妥公公空

3 這附近有銀行嗎？ Gần đây có ngân hàng không?

扔賴過扔行空

4 這附近有郵局嗎？ Gần đây có bưu cục không?

扔賴過保共空

5 這附近有警察局嗎？ Gần đây có đồn công an không?

扔賴過裸公安空

6 這附近有車站嗎？ Gần đây có bến xe không?

扔賴過便些空

7 這附近有藥局嗎？ Gần đây có nhà thuốc không?

扔賴過亞痛空

8 這附近有醫院嗎？ Gần đây có bệnh viện không?

扔賴過扁影空

9	這附近有美容院嗎？	Gần đây có thẩm mỹ viện không?
		扔賴過談眉影空
10	這附近有電影院嗎？	Gần đây có rạp chiếu bóng không?
		扔賴過壤就崩空
11	這附近有百貨公司嗎？	Gần đây có công ty bách hóa không?
		扔賴過工得半話空
12	這附近有餐廳嗎？	Gần đây có nhà hàng không?
		扔賴過亞舫空
13	這附近有旅館嗎？	Gần đây có quán trọ không?
		扔賴過忘左空
14	這附近有超市嗎？	Gần đây có siêu thị không?
		扔賴過修腿空

配合 MP3 反覆練習，收「聽」、「說」雙重效果！

3 我想去

Tôi muốn đi
多夢勒

◉ 14

1	我想去郵局	Tôi muốn đi bưu cục 多夢勒不共
2	我想去銀行	Tôi muốn đi ngân hàng 多夢勒扔行
3	我想去醫院	Tôi muốn đi bệnh viện 多夢勒扁影
4	我想去超市	Tôi muốn đi siêu thị 多夢勒修腿
5	我想去便利商店	Tôi muốn đi cửa hàng tiện lợi 多夢勒更航頂了
6	我想去電影院	Tôi muốn đi rạp chiếu bóng 多夢勒壤就崩
7	我想去百貨公司	Tôi muốn đi công ty bách hóa 多夢勒工得半話
8	我想去美容院	Tôi muốn đi thẩm mỹ viện 多夢勒談眉營
9	我想去看病	Tôi muốn đi khám bệnh 多夢勒看扁

48

10	我想去買菜	Tôi muốn đi mua rau
		多夢勒模繞
11	我想去剪頭髮	Tôi muốn đi cắt tóc
		多夢勒槓惰
12	我想去燙頭髮	Tôi muốn đi uốn tóc
		多夢勒翁惰
13	我想去倒垃圾	Tôi muốn đi đổ rác
		多夢勒羅讓

買食物

Mua đồ ăn
模裸骯

1	你要買什麼？	Anh muốn mua cái gì?
		安夢模概以
2	我要買牛奶	Tôi muốn mua sữa bò
		多夢模十跛
3	我要買果汁	Tôi muốn mua nước trái cây
		多夢模能債該
4	我要買雞蛋	Tôi muốn mua trứng gà (=hột gà)
		多夢模正嘎（= 火嘎）
5	我要買麵包	Tôi muốn mua bánh mì
		多夢模半美
6	我要買蘋果	Tôi muốn mua trái bom
		多夢模摘玻
7	我要買橘子	Tôi muốn mua trái quít
		多夢模債問
8	我要買豬肉	Tôi muốn mua thịt heo
		多夢模疼蒿
9	我要買雞肉	Tôi muốn mua thịt gà
		多夢模疼壤
10	我要買魚	Tôi muốn mua cá
		多夢模尬

有沒有賣

Có bán không
過棒空

1 有沒有賣香煙？　　Có bán thuốc hút không?

過棒痛候空

2 有沒有賣打火機？　Có bán hộp quẹt ga không?

過棒火往讓空

3 有沒有賣底片？　　Có bán phim chụp hình không?

過棒分主很空

4 有沒有賣電池？　　Có bán pin không?

過棒賓空

5 有沒有賣香皂？　　Có bán xà phòng thơm không?

過棒骰風特空

6 有沒有賣牙膏？　　Có bán kem đánh răng không?

過棒甘爛讓空

7 有沒有賣地圖？　　Có bán bản đồ không?

過棒榜裸空

8 有沒有賣報紙？　　Có bán báo không?

過棒報空

9 有沒有賣郵票？　　Có bán tem không?

過棒顛空

10	有沒有賣信紙？	Có bán giấy viết thư không?
		過棒崖硬疼空
11	有沒有賣手套？	Có bán bao tay không?
		過棒包呆空
12	有沒有賣口罩？	Có bán khẩu trang không?
		過棒口將空
13	有沒有賣刮鬍刀？	Có bán dao cạo râu không?
		過棒要稿饒空
14	有沒有賣指甲剪？	Có bán dao cắt móng tay không?
		過棒要槓夢呆空
15	有沒有賣咖啡？	Có bán cà phê không?
		過棒尬啡空
16	有沒有賣啤酒？	Có bán bia không?
		過棒逼空
17	有沒有賣汽水？	Có bán nước ngọt không?
		過棒能惹空
18	有沒有賣果汁？	Có bán nước trái cây không?
		過棒能債該空
19	有沒有賣麵包？	Có bán bánh mì không?
		過棒半美空

6 多少錢 • Bao nhiêu tiền
包優頂

🔘 17

---

1 這個多少錢？   *Cái này bao nhiêu tiền?*
概乃包優頂

---

2 這個怎麼賣？   *Cái này bán thế nào?*
概乃棒鐵腦

---

3 這個價格是多少？   *Cái này giá tiền là bao nhiêu?*
概乃亞頂喇包優

---

4 一共多少錢？   *Tổng cộng bao nhiêu tiền?*
共包優頂

---

5 一個多少錢？   *Một cái bao nhiêu tiền?*
抹概包優頂

---

6 一斤多少錢？   *Một kí bao nhiêu tiền?*
抹給包優頂

---

7 一個人要多少錢？   *Một người bao nhiêu tiền?*
抹扔包優頂

---

8 門票一張多少錢？   *Một tấm vé bao nhiêu tiền?*
抹旦業包優頂

---

9 這個東西很貴   *Cái này mắc quá*
概乃忙襪

10	這個東西很便宜	Cái này rẻ quá
		概乃爺襪
11	我先看看再說	Tôi xem trước mới nói sau
		多先正麼諾稍
12	有沒有優惠？	Có ưu đãi không?
		過歐來空

上速食店 _● Quán ăn nhanh
忘觥央

18

---

1 你要吃什麼？ Anh muốn ăn cái gì?

安夢觥概以

---

2 我想吃漢堡、薯條 Tôi muốn ăn bánh mì hamburger, khoai tây chiên

多夢觥半美航玻葛、快呆競

---

3 我想吃炸雞 Tôi muốn ăn gà chiên

多夢觥嘎爭

---

4 我想吃三明治 Tôi muốn ăn bánh mì sandwich

多夢觥伴美撒惠

---

5 我想吃熱狗 Tôi muốn ăn xúc xích

多夢觥送慎

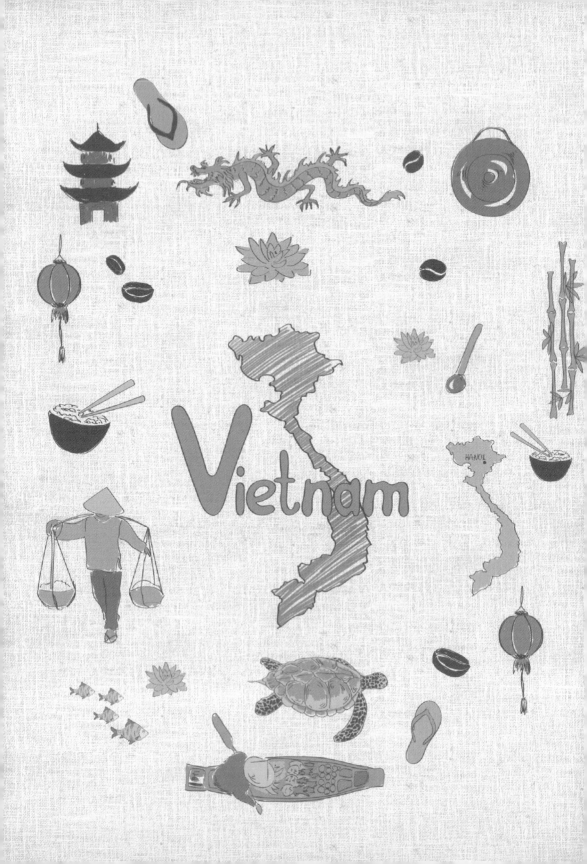

第三章

溝通和聊天

Trò chuyện và tâm sự

左景亞單士

自我介紹 ● Tự giới thiệu
等唷調

19

1	我叫阮文	Tên tôi là Nguye Văn
		店多喇瑞央
2	請多指教	Xin ch giáo nhiều
		申及要友
3	初次見面，請多關照	Gặp mặt lần đầu, xin quan tâm
		然盲冷老，申官單
4	大家好！	Chào quí vị!
		找位以
5	我很高興來越南	Đến Việt-Nam tôi vui quá
		練影南多又襪
6	我住在胡志明市	Tôi ở Thành Phố Hồ Chí Minh
		多兒坦佛火計門
7	我來越南旅遊	Tôi đến Việt Nam du lịch
		多練影南幽冷
8	我來越南工作	Tôi đến Việt Nam làm việc
		多練影南覽影
9	謝謝你的照顧	Cảm ơn anh săn sóc
		感恩安尚碩

10	你叫什麼名字？	Anh tên gì?
		安店以
11	你住在哪裡？	Anh ở đâu?
		安兒撈
12	你家電話幾號？	Điện thoại nhà anh bao nhiêu?
		零妥亞安包優
13	很高興認識你	Rất mừng được làm quen với anh
		仍猛冷覽王唷安
14	我今年二十五歲	Na nay tôi hai mươi lăm tuổi
		南乃多嗨蒙蘭隊
15	你從哪裡來的？	Anh từ đâu đến?
		安等撈練
16	我從台灣來的	Tôi từ Đài-Loan đến
		多等賴朗練
17	你家有幾個人？	Nhà anh có mấy người?
		亞安郭賣扔
18	有父母、一個哥哥和我，一共 4 個人	Có cha me, một người anh và tôi, tổng cộng bốn người
		父母也可稱作 (=ba má)
		過雜滅，抹扔安亞多，東共播扔 (= 巴罵)

19	你的興趣是什麼？	Sở thích của anh là gì?
	拾疼骨安喇乙	

20	我喜歡聽音樂	Tôi thích nghe nhạc
	多疼耶養	

21	這是我的名片，請多多指教	Đây là danh thiếp của tôi, xin ch bảo cho
	賴喇央聽骨多，申及保捉	

22	那位是誰啊？	Người ấy là ai?
	扔艾喇挨	

23	預計要待多久？	Dự tính ở bao lâu?
	影定兒包撈	

Nghề nghiệp
也引

1	你做什麼工作？	Anh làm công việc gì? 安覽工影以
2	我是公司職員	Tôi là nhân viên công ty 多喇應英工弟
3	我是工人	Tôi là công nhân 多喇工應
4	我是學生	Tôi là học sinh 多喇好身
5	我是老師	Tôi là thầy giáo 多喇台要
6	我是店員	Tôi là nhân viên tiệm 多喇應英頂
7	我是警察	Tôi là công an 多喇公安
8	我是醫生	Tôi là bác sĩ 多喇棒誰
9	我是公務員	Tôi là công chức viên 多喇工正應

10	我來談生意	Tôi đến bàn chuyện làm ăn
		多練榜景覽舫

11	我要和客戶簽約	Tôi muốn ký hợp đồng với khách
		多夢給合隴嘎看

12	我來開工廠	Tôi đến mở công xưởng
		多練麼工升

職員	Nhân viên	應英
工人	Công nhân	工因
農人	Nông dân	農仍
軍人	Quân nhân	翁因
漁夫	Ngư dân	仍應
學生	Học sinh	好身
老師	Thầy giáo	台要
店員	Nhân viên tiệm	應門頂
郵差	Người đưa thư	扔冷特
醫生	Bác sĩ	棒誰
護士	Y tá	一大
律師	Luật sư	隴生
公務員	Công chức viên	工正應
警察	Công an	公安
司機	Tài xế	歹謝
工程師	Kỹ sư	給士
秘書	Thư ký(=va thư)	疼給(=央疼)
記者	Phóng viên	風應

理髮師	Thợ hớt tóc (=thợ cắt tóc)	特賀惰 (=特槓惰)
服務生	Nhân viên phục vụ	應英浮富
攤販 （捧貨叫賣的）	Bán bưng	棒崩
攤販 （滿街叫賣的）	Bán dạo	棒咬

運動、嗜好

Thể thao, Sở thích
鐵掏拾疼

21

1 我喜歡打拳　　Tôi thích đánh quyền
多疼爛問

2 我喜歡游泳　　Tôi thích bơi
多疼菠

3 我喜歡跑步　　Tôi thích chạy bộ
多疼窄跛

4 我喜歡打籃球　Tôi thích đánh bóng rổ
多疼爛崩弱

5 我喜歡打排球　Tôi thích đánh bóng chuyền
多疼爛崩景

6 我喜歡打網球　Tôi thích đánh ten-nít
多疼爛店寧

7 我喜歡打乒乓球 Tôi thích đánh bóng bàn
多疼爛崩榜

8 我喜歡打棒球　Tôi thích đánh bóng chày
多疼爛崩才

9 我喜歡踢足球　Tôi thích đá bóng
多疼拉崩

10	**我喜歡跳舞**	Tôi thích khiêu vũ
		多疼摳無
11	**我喜歡上網**	Tôi thích lên mạng
		多疼連芒
12	**我喜歡打電腦**	Tôi thích đánh vi tính
		多疼爛意登

TRAVEL TIPS

特產血拼天堂

　　越南的特產除了鴨仔蛋、魚露、胡志明鞋、笠帽與越南國服—長衫，還有享譽盛名的漆器，以及鑲滿了貝殼的飾品，因為在越南的芽莊，盛產各式各樣美麗的貝殼，無論是經過雕飾過的貝殼飾物，還是自然成形的貝殼，都能讓遊客愛不釋手。越南還是傳統手工藝品的購物天堂，越南少數民族編織的布匹色彩斑斕，令人眼花撩亂，而多樣的石雕、木雕、蜜臘、琥珀、珊瑚，以及玳瑁和象牙製品，也是許多觀光客最喜愛的紀念品。不過，要提醒你的是，玳瑁、象牙等飾品會遭台灣海關查禁，不管再怎麼喜歡，為了保護這些動物，還是讓它們留在越南吧。

頭好壯壯運動篇
Bài thể dục thể thao
百鐵又鐵掏

打拳	Đánh quyền	爛問
游泳	Bơi	菠
跑步	Chạy bộ	窄跛
打籃球	Đánh bóng rổ	爛崩弱
打排球	Đánh bóng chuyền	爛崩景
打網球	Đánh ten-nít	爛店寧
打乒乓球	Đánh bóng bàn	爛崩榜
打棒球	Đánh bóng chày	爛崩才
踢足球	Đá bóng	拉崩
跳舞	Khiêu vũ	摳由
騎自行車	Đạp xe đạp	覽些覽
體操	Thể dục	鐵又

閱讀	đọc	隴
聽音樂	Nghe nhạc	耶養
彈吉他	Đàn ghi-ta	朗吉他
彈鋼琴	Đàn dương cầm	朗應敢
畫畫	vẽ tranh	爺沾
攝影	Chụp hình (=chụp ảnh)	主很(=主暗)
編織	Đan lát	郎浪
看電影	Coi xi nê (=coi phim)	郭習捏（=郭分）
釣魚	Câu cá	高尬
散步	Tản bộ (=bách bộ)	黨跛(=辦跛)
旅遊	Du lịch	有冷

表示態度 22

Biểu thị thái đo
表梯太裸

1	好的	Tốt
		惰
2	是的	Phải
		乏
3	不是的	Không phải
		空乏
4	可以	Được
		冷
5	不行	Không được
		空冷
6	沒問題	Không thành vấn đề
		空坦應列

1	對不起，請你再說一遍	Xin lỗi, mời anh nói lại một lần
		申羅麼安諾來抹冷
2	請說慢一點	Xin nói chậm một chút
		申諾展抹畫
3	你說的話，我聽不太懂	Anh nói, tôi nghe không hiểu
		安諾多耶空猴
4	你說什麼？	Anh nói cái gì?
		安諾概以

5	我聽懂了	Tôi nghe hiểu rồi
		多耶猴弱

6	我明白你的意思了	Tôi hiểu ý của anh rồi
		多猴意骨安弱

水上木偶劇

　　越南的木偶劇是越南相當有特色的傳統民間舞台戲，由熟練的師傅操控木偶與繩子，木偶就像有了生命一樣活靈活現。而越南的木偶劇最獨一無二的地方是，它是世界上唯一在水上表演的木偶劇，表演者必須全程一、兩個小時都蹲在水裡，過去據說是一種向皇帝祝壽的表演藝術，一般民眾根本沒有眼福，但隨著時間演變，水上木偶劇不但成為鄉村居民娛樂的休閒活動，還成為著名的觀光產業。水上木偶劇通常都是在鄉間的池畔間表演，一般會在水上先搭上一座紅磚瓦頂的「水上神亭」，用一張竹簾垂到水面上，表演者就躲在簾後操控木偶。水上木偶劇的表演內容，以越南的神話故事居多，如劍湖金龜索劍是越南有名的傳說故事，另外也有民俗活動，如仙女舞蹈、鳳凰舞、舞獅等，相當值得一看。

6 抱歉的話 ● Lời xin lỗi
了身羅

1 真是對不起　Thật là xin lỗi
疼喇申羅

---

2 請原諒　Xin thông cảm cho
申通甘捉

---

3 我下次會注意　Lần sau tôi sẽ chú ý
冷稍多協畫意

---

4 我下次會改進　Lần sau tôi sẽ cải tiến
冷稍多協改定

---

5 我實在很抱歉　Thành thực xin lỗi
坦疼身羅

---

6 沒關係，下次要小心　Không sao đâu, lần sau phải
cẩn thận
空稍撈冷稍乏更疼

感謝的話 25

Lời cảm ơn(=cảm tạ=đội ơn =tạ ơn)
了感俄（= 感打 = 裸俄 = 打俄 ）

---

1 非常感謝你　　　hết sức cảm ơn anh

賀勝感俄安

---

2 太麻煩你了　　　Làm phiền anh quá

覽風安襪

---

3 謝謝你的招待　　Cảm ơn anh tiếp đãi

感俄安弟來

---

4 謝謝你的照顧　　Cảm ơn anh săn sóc

感俄安商朔

---

5 謝謝你對我的關心　Cảm ơn anh quan tâm tôi

感俄安官單多

---

6 感謝你幫我的忙　Cảm ơn anh giúp đỡ giùm tôi

感俄安用了永多

---

7 謝謝你送的禮物　Cảm ơn quà tặng của anh

感俄瓦檔骨安

---

8 謝謝你請我吃飯　Cảm ơn anh mời tôi ăn cơm

感俄安麼多骯郭

---

9 哪，不客氣　　　Không có gì đâu, đừng ngại

空過乙撈冷壤

---

8 回答用語 · Từ ngữ hỏi đáp
等仍何爛

1 是嗎？

Phải không à? (=Phải vậy sao?)

乏空啊（＝ 乏崖稍）

2 真的嗎？

Thật không?
(=Thật vậy sao?)

疼空（＝ 疼崖稍）

3 不可能

Không bao giờ

空包惹

4 可不是嗎？

Chớ không phải vậy sao?

這空乏崖稍

5 你說得對

Anh nói rất đúng

安諾仍龍

6 沒聽說過這件事

Không nghe nói qua chuyện này

空耶諾蛙景乃

7 我不知道

Tôi không biết

多空並

8 我不清楚

Tôi không rổ

多空弱

9	我明白了	Tôi hiểu rồi
		多猴惹

10	對	Đúng
		龍

11	不對	Không đúng
		空龍

12	我不會	Tôi không biết
		多空並

13	我不懂	Tôi không hiểu
		多空猴

14	做什麼？	Làm gì?
		覽乙

15	有嗎？	Có không?
		過空

16	對嗎？	Đúng không?
		龍空

17	我現在沒空	Tôi hiện giờ không rảnh
		多橫唭空然

贊成和反對 • Tán thành và phản đối
當坦亞房落 27

1	我也覺得是這樣	Tôi cũng cảm thấy như vậy
		多共感太應崖
2	我不這樣想	Tôi không nghĩ như vậy
		多空瑞應崖
3	我不贊成	Tôi không tán thành
		多空當坦
4	我不同意	Tôi không đồng ý
		多空隴意
5	我反對這個意見	Tôi phản đối ý kiến này
		多房落意更乃
6	我贊成這個意思	Tôi tán thành ý này
		多當坦意乃
7	你這樣做很好	Anh làm vậy tốt lắm
		安覽崖惰爛
8	你不可以這樣做	Anh không được làm như vậy
		安空冷覽應崖

第四章

問候

Hỏi thăm

何貪

打招呼 ● Chào hỏi
早和

1 您好！ Chào Anh!
早安

2 大家好 Xin chào quí vị
伸早威乙

3 您好嗎？ Anh có khỏe không?
安各虧空

4 還好 Cũng được
共冷

5 早安 Chào buổi sáng
早不上

6 午安 Chào buổi chiều
早不久

7 晚安 Chào buổi tối
早不惰

8 再見 Tạm biệt
單病

9 明天見 Ngày mai gặp
嚷賣惹

10	你的身體好嗎？	Anh có mạnh khỏe không?
		安過滿虧空
11	謝謝，我很好	Cám ơn, tôi rất khỏe
		感俄多仍魁
12	好久沒看見你	Lâu quá không thấy anh
		老襪空太安
13	你吃飽了沒？	Anh ăn no chưa?
		安骯呢資
14	我吃飽了	Tôi ăn no rồi
		多骯呢惹
15	你最近工作忙嗎？	Gần đây công việc của anh có bận không?
		忍賴公應骨安過甭空
16	我最近很忙	Gần đây tôi bận lắm
		忍賴多甭浪
17	我不太忙	Tôi không bận lắm
		多空麥爛
18	你要去哪裡？	Anh muốn đi đâu?
		安夢勒撈
19	你從哪裡來？	Anh từ đâu đến?
		安等撈練

20	你什麼時候回來？	Chừng nào anh mới về đây?
		整腦安麼也來
21	有人在家嗎？	Có người ở nhà không?
		過扔兒亞空
22	你要找誰？	Anh muốn kiếm ai?
		安夢跟挨
23	你是哪位？	Anh là ai?
		安喇挨
24	你是哪國人？	Anh là người nước nào?
		安喇扔濘腦
25	請問你貴姓大名？	Xin hỏi quí danh?
		申何為煙
26	你在哪裡工作？	Anh làm việc ở đâu?
		安覽影兒撈
27	你會說英語嗎？	Anh biết nói tiếng Anh không?
		安並諾訂安空
28	你會說中文嗎？	Anh biết nói tiếng Hoa không?
		安背諾訂華空
29	我還有事，要先走了	Tôi còn việc, phải đi ngay
		多葛引肥勒讓

1	請	Mời
		麼
2	謝謝	Cảm ơn
		感恩
3	對不起	Xin lo
		申羅
4	請問	Xin hỏi
		申和
5	請慢走	Anh đi nhé
		安勒業
6	請慢用	Mời dùng
		麼展
7	有事嗎？	Có chuyện gì không?
		過去以空

8	沒問題	Không thành vấn đề
		空坦應咧
9	請稍候	Xin đợi một chút
		伸了抹住
10	打擾一下	Làm phiền một chút
		覽風抹住
11	不客氣	Đừng khách sáo (=không có chi)
		冷看稍（＝空過基）
12	沒關係	Không sao(=không can gì=không hề gì)
		空稍（＝空剛乙＝空河乙）
13	不好意思	Xin lỗi
		申羅
14	麻煩你了	Cảm phiền anh nha
		感風安呀
15	拜託你了	Nhờ anh nha
		惹安呀

16	歡迎光臨	Hoan nghênh
		荒然
17	借過	Cho qua!
		左瓜
18	請幫幫忙	Xin giúp giùm
		申土永
19	這是我的榮幸	Đây là vinh hạnh của tôi
		賴喇因喊骨多
20	乾杯	Cạn chén (=cạn ly)
		港降（＝港力）

3 表達問候 Biểu đạt hỏi tha 表朗何貪

30

1	阮先生，您好！	Anh Nguye , chào anh! 安營早安
2	請向阮太太問好	Xin cho hỏi thăm chị Nguyễn 申捉何貪己營
3	請向你全家問好	Xin cho hỏi thăm cả nhà 申捉何貪軋亞
4	請向阮爺爺問好	Xin cho hỏi thăm ông nội 申捉何貪喔挪
5	有空請來我家玩	Rảnh rỗi đến nhà chơi 然若練亞惹這
6	有空來坐	Rảnh rỗi đến chơi 然弱練這
7	需要幫忙嗎？	Có cần giúp giùm không? 過更用永空
8	不用了，謝謝你	Được rồi, cảm ơn anh 冷惹甘恩安
9	我自己來就好，謝謝	Để tôi được rồi, cảm ơn 列多冷惹甘恩
10	請保重	Xin bảo trọng 申保重

1	先生	Ông (=anh)
		翁（= 安）
2	小姐	Cô (=chị)
		鍋（= 幾）
3	太太	Bà
		把
4	丈夫	Chồng (=ông xã)
		重（= 翁沙）
5	妻子	Vợ (=bà xã)
		否（= 把沙）
6	爸爸	Ba(=bố =cha)
		巴（= 播 = 家）
7	媽媽	Má(=mẹ)
		罵（= 滅）
8	爺爺	Ông nội
		喔挪
9	奶奶	Bà nội
		把挪

10	外公	Ông ngoại
		喔軟

11	外婆	Bà ngoại
		把軟

12	哥哥	Anh trai (= anh giai)
		安齋（= 安崖）

13	姐姐	Chị gái
		幾嘎

14	弟弟	Em trai (= em giai)
		安齋（= 安崖）

15	妹妹	Em gái
		安嘎

16	嫂嫂	Chị dâu
		幾婁

17	叔叔	Chú
		晝

18	嬸嬸	Thím
		聽

19	伯父	Bác trai(=bác giai)
		棒齋（= 棒崖）

20	伯母	Bác gái
		棒嘎
21	舅舅	Cậu
		稿
22	舅母	Mợ
		模
23	阿姨	Dì
		己
24	姨丈	Dượng
		穎
25	兒子	Con trai(= con giai)
		郭齋（= 郭崖）
26	女兒	Con gái
		郭嘎
27	孫子	Cháu nội trai (=cháu nội giai)
		兆挪齋（= 兆挪崖）
28	孫女	Cháu nội gái
		兆挪讓
29	外孫	Cháu ngoại trai (=cháu ngoại giai)
		兆軟齋（= 兆軟崖）

30	外孫女	Cháu ngoại gái
		兆軟讓

31	姪兒	Cháu họ trai
		兆和齋

32	姪女	Cháu họ gái
		兆和讓

33	外甥	Cháu ruột trai
		兆日齋

34	外甥女	Cháu ruột gái
		兆日讓

35	女婿	Con rể
		郭日

36	媳婦	Con dâu
		郭周

TRAVEL TIPS 地理環境與氣候

　　越南是一個地形狹長的國家，位於中南半島的東側，境內有三分之一屬於山區，依其地形主要可分為三個部分，北部是紅河三角洲，中部是高原，南部則是著名的湄公河三角洲。

　　越南氣候屬於熱帶季風型氣候，南部終年溫暖，湄公河三角洲是著名的物產豐富之地，盛產稻米。北部則四季分明，氣候和台灣南部相仿，七月至十月間也有颱風和水災。

5 人際關係 • Quan hệ giao thiệp
望黑要帖

 32

1	同事	Đồng sự
		龍剩
2	朋友	Bạn
		榜
3	同學	Bạn học
		榜賀
4	男朋友	Bạn trai
		榜齋
5	女朋友	Bạn gái
		榜讓
6	鄰居	Làng xóm(=hàng xóm)
		朗社 (= 行社)
7	老闆	Ông chủ
		喔竹
8	員工	Nhân viên
		應英
9	房東	Chủ nhà
		竹亞
10	房客	Người thuê phòng
		扔貼風

花	Bông hoa	崩華
草	Cỏ	格
桃花	Bông đào	崩老
蘭花	Bông Lan	崩朗
菊花	Bông cúc	崩貢
荷花	Bông sen	崩箱
茉莉	Bông lài	崩來
玫瑰	Bông hồng	崩哄
百合	Bách hợp	伴何
水仙	Thủy tiên	頦丁
椰子樹	Cây dừa	該蒸
竹子	Cây tre	該街
榕樹	Cây đa	該拉
楊柳	Cây dương lie	該蒸流
水稻	Lúa	路
檳榔樹	Cây cau	該高
茶樹	Cây trà(=cây chè)	該柵(=該姐)

代名詞 • Đại từ
來等

 33

1	先生	(Ông)翁，Anh（哥哥），chị（姐姐），cô（小姐），bạn（朋友）（皆尊稱），mầy，mi，bây，ngươi（皆卑稱） thằng（仔，子，佬，傢伙，廝，徒）（稱小孩、卑輩的稱呼或對同輩的暱稱） (Anh)安 (chị)幾 (cô)鍋 (bạn)榜 (mầy)買 (mi)眉 (bây)掰 (ngươi)扔 (thằng)倘
2	我	Tôi, Mình 多，門
3	他	Anh ấy, anh ta（皆尊稱） hắn, nó（皆卑稱） 安愛 安搭 航 諾
4	她	Chị ấy（皆尊稱），hắn, nó（皆卑稱） 幾愛 她 航 諾
5	你們	các anh（各位哥哥） 槓安
6	我們	Tụi mình, Chúng mình, Chúng ta, Chúng tôi 堆門 中門 中搭 中多
7	他們	Mấy anh ấy（那些哥哥），mấy chị ấy（那些姐姐），[tụi ấy, tụi nó, chúng nó（皆

〔卑稱）〕

麥安愛 麥幾愛〔堆愛 堆諾 中諾〕

8	誰	Ai
		挨
9	你的	Của anh, của chị, của bạn
		骨安 骨幾 骨榜
10	我的	Của tôi (=Của ta =Của mình)
		骨多 (= 骨搭 = 骨門)
11	他的	Của nó (=của anh ấy=của chị ấy)
		骨諾 (= 骨安艾 = 骨幾艾)
12	誰的	Của ai
		骨挨

動物篇
Bài động vật
龍否

狗	Con chó	郭捉
貓	Con mèo	郭秒
豬	Con heo(=Con lợn)	郭蒿(=郭了)
牛	Con bò(=Con trâu)	郭跛(=郭朝)
羊	Con dê	郭耶
雞	Con gà	郭壞
鴨	Con vịt	郭飲
鵝	Con ngỗng	郭容
魚	Con cá	郭尬
兔子	Con thỏ	郭駝

馬	Con ngựa	郭扔
鹿	Con nai	郭乃
獅子	Con sư tử	郭生登
老虎	Con hổ	郭活
大象	Con voi	郭唷
熊	Con gấu	郭繞
猴子	Con kh	郭奎
小鳥	Con chim	郭今
麻雀	Chim sẻ	今協
燕子	Chim én	今誒
鴿子	Bồ câu	跛高

第五章

時間和天氣
Thời gian và thời tiết

特央亞特定

時間用語 .

Từ ngữ chỉ thời gian
等仍基持央

 34

---

1 現在幾點了？

Bây giờ là mấy giờ rồi?

掰哽喇麥哽惹

---

2 現在是上午十點整

Bây giờ là mười giờ sáng

掰哽喇麥惹上

---

3 現在是上午十點半

Bây giờ là mười giờ rưỡi sáng

掰哽喇猛哽弱上

---

4 差十五分就十一點了

Còn mười lăm phút nữa là mười một giờ

葛猛蘭奉能喇猛抹哽

---

5 十一點又過十分了

Mười một giờ hơn mười phút rồi

猛抹哽何猛奉惹

---

6 我忘記帶手錶了

Tôi quên đeo đồng hồ

多彎了隴河

---

7 要花多久時間？

Phải dùng bao nhiêu thời gian?

乏永包優特央

---

8 你幾點回來？

Mấy giờ anh mới về đây?

麥哽安麼也賴

9	你幾點上學？	Mấy giờ anh đi học?
		麥唷安勒好
10	我要幾點過來？	Khoảng mấy giờ tôi qua mới được?
		狂麥唷多蛙麼冷
11	上班要準時	Phải đi làm đúng giờ
		肥勒覽龍者
12	不要遲到	Đừng đến trễ
		冷練節耶

TRAVEL TIPS

細說越南歷史

由於中南半島自古以來即是多種種族、國家雜處之地，因此紛紛擾擾的戰爭與內鬥也不免發生在越南身上。最早入侵越南，同時統治最久的是中國，之後法國、日本均曾佔領過越南。

1954 年越南以北緯十七度劃分為北越與南越，當時北越由胡志明領導，屬於共產主義國家，後來 60 年代末至 70 年代初，美國為防止南越也遭赤化命運，於是大舉派兵至越南，是為「越戰時期」。後美國因輿論反戰，便撤出越南，至 1975 年，南越也落入共產黨手中，越南於是成為社會主義共產國家。

法國對越南的殖民，影響越南近代較深，至今越南各地仍留存相當多的法式雄偉建築，例如觀光勝地紅教堂，即是出自法國建築師之手。

看時鐘記單字
Xem đồng hồ nhớ từ
先隴河英當

一點	Một giờ	末唷
二點	Hai giờ	嗨唷
三點	Ba giờ	八唷
四點	Bốn giờ	玻唷
五點	Na giờ	難唷
六點	Sáu giờ	稍唷
七點	Bảy giờ	白唷
八點	Tám giờ	旦唷
九點	Chín giờ	真唷
十點	Mười giờ	猛唷
十一點	Mười một giờ	猛末唷
十二點	Mười hai giờ	猛嗨唷

時間的說法
Cách nói về thời gian
蓋乃否特央

上午	Buổi sáng	卜上
中午	Buổi trưa	卜之
下午	Buổi chiều	卜九
晚上	Buổi tối	卜惰

1 今天是星期幾了？ Hôm nay là thứ mấy rồi?
呵乃喇疼麥惹

2 今天是星期一 Hôm nay là thứ hai
呵乃喇疼嗨

3 今天是星期二 Hôm nay là thứ ba
呵乃喇疼八

4 今天是星期三 Hôm nay là thứ tư
呵乃喇疼登

5 今天是星期四 Hôm nay là thứ na
呵乃喇疼難

6 今天是星期五 Hôm nay là thứ sáu
呵乃喇疼少

7 今天是星期六 Hôm nay là thứ bảy
呵乃喇疼白

8 今天是星期日（天） Hôm nay là chủ nhật
呵乃喇竹影

9 一個星期有七天 Một tuần có bảy ngày
末等過白壤

| 10 | 明天是星期幾了？ | Ngày mai là thứ mấy? |
| | | 壤麥喇疼麥 |

| 11 | 明天是星期五 | Ngày mai là thứ sáu |
| | | 壤麥喇疼少 |

| 12 | 昨天是星期四 | Hôm qua là thứ na |
| | | 呵刮喇疼難 |

透過 MP3 用聽覺學習，效果最快！

一週七天的名稱
Tên của một tuần
顛骨末等

星期一	Thứ hai	疼嗨
星期二	Thứ ba	疼八
星期三	Thứ tư	疼登
星期四	Thứ na	疼南
星期五	Thứ sáu	疼少
星期六	Thứ bảy	疼白
星期日	Chủ nhật	竹影

3

日期　● 　Ngày tháng
嚷趄

1	今天是幾月幾號？	Hôm nay là ngày mấy tháng mấy? 呵乃喇壤麥趄麥
2	今天是一月一日	Hôm nay là ngày một tháng giêng 呵乃喇壤末趄應
3	今天是二月九日	Hôm nay là ngày chín tháng hai 呵乃喇壤真趄嗨
4	今天是三月八日	Hôm nay là ngày tám tháng ba 呵乃喇壤單趄八
5	今天是四月四日	Hôm nay là ngày bốn tháng tư 呵乃喇壤玻趄登
6	今天是五月五日	Hôm nay là ngày na tháng na 呵乃喇壤南趄南
7	今天是六月十日	Hôm nay là ngày mười tháng sáu 呵乃喇壤猛趄少
8	今天是七月二日	Hôm nay là ngày hai tháng bảy 呵乃喇壤嗨趄白

9	今天是八月十五日	Hôm nay là ngày mười la tháng tám
		呵乃喇壤猛蘭趟旦

10	今天是九月十六日	Hôm nay là ngày mười sáu tháng chín
		呵乃喇壤猛少趟真

11	今天是十月二十日	Hôm nay là ngày hai mươi tháng mười
		呵乃喇壤嗨猛趟猛

12	今天是十一月二十五日	Hôm nay là ngày hai mươi la tháng mười một
		呵乃喇壤嗨猛蘭趟猛末

13	今天是十二月三十日	Hôm nay là ngày ba mươi tháng mười hai
		呵乃喇壤八猛趟猛嗨

14	我的生日是八月二十一日	Sinh nhật của tôi là ngày hai mươi mốt tháng tám
		身影骨多喇壤嗨猛末趟旦

15	媽媽的生日是陰曆七月初五	Sinh nhật của má tôi là âm lịch mồng năm tháng bảy
		身影骨罵多喇安冷猛南趟白

16	再過三天就是春節了	Còn ba hôm nữa là Tết rồi
		葛巴呵能喇電惹

 加油！加油！每天都有進步！

去年	Năm ngoái	南讓(=南蛙)
	(=năm qua)	
今年	Năm nay	南乃
上個月	Tháng trước	趙正
兩週前	Hai tuần trước	嗨等正
上個禮拜	Tuần trước	等正
三天前	Ba ngày trước	八壤正
昨天	Hôm qua	呵蛙
昨天早上	Sáng hôm qua	上呵蛙
昨天晚上	Tối hôm qua	惰呵蛙
這個禮拜	Tuần này	等乃
今天	Hôm nay	呵乃(=崩乃)
	(=bữa nay)	
今天早上	Sáng hôm nay	上呵乃
今天晚上	Tối hôm nay	惰呵乃
明天	Ngày mai	壤麥(=崩麥)
	(=bữa mai)	
明天早上	Sáng mai	上麥
明天晚上	Tối mai	惰麥

後天	Ngày kia (=bữa mốt)	壤個(=崩末)
下個禮拜	Tuần sau	等少
下個月	Tháng sau	趙少
明年	Năm tới	南德

月份 ● Tháng
趟

37

1 現在是一月　　　Bây giờ là tháng giêng
掰唭喇趟因

2 現在是二月　　　Bây giờ là tháng hai
掰唭喇趟嗨

3 現在是三月　　　Bây giờ là tháng ba
掰唭喇趟巴

4 現在是四月　　　Bây giờ là tháng tư
掰唭喇趟登

5 現在是五月　　　Bây giờ là tháng Năm
掰唭喇趟南

6 現在是六月　　　Bây giờ là tháng sáu
掰唭喇趟少

7 現在是七月　　　Bây giờ là tháng bảy
掰唭喇趟白

8 現在是八月　　　Bây giờ là tháng tám
掰唭喇趟旦

9 現在是九月　　　Bây giờ là tháng chín
掰唭喇趟真

| 10 | 現在是十月 | Bây giờ là tháng mười |
| | 掰唷喇趖猛 | |

| 11 | 現在是十一月 | Bây giờ là tháng mười một |
| | 掰唷喇趖猛末 | |

| 12 | 現在是十二月 | Bây giờ là tháng mười hai |
| | 掰唷喇趖猛嗨 | |

38

5 關於時間 • Quan hệ thời gian
冠和特央

1	今天是禮拜天	Hôm nay là chủ nhật
		呵乃喇竹影
2	明天有放假	Ngày mai ngh làm
		壤麥瑞覽
3	後天要去旅遊	Ngày kia đi du lịch
		壤個勒者冷
4	昨天我遇到黎先生	Hôm qua tôi có gặp anh Lê
		呵蛙多過染安列
5	我上午要去買菜	Tôi buổi sáng phải đi mua rau
		多卜上防勒睦饒
6	下午可能會下雨	Buổi chiều có thể trời mưa
		卜九過帖者模
7	白天的天氣很悶熱	Ban ngày trời nóng nực
		榜壤者弄能
8	晚上要去唱卡拉 OK	Buổi tối đi hát Karaoke
		卜對勒航尬讓喔給
9	半夜時天氣變冷	Nửa đêm trời trở lạnh
		能練者折覽

10	我上個月很忙	Tháng trước tôi bận lắm
		趙正多冐爛
11	我這個月開始學英文	Từ tháng này bắt đầu tôi đi học Anh văn
		等趙乃罷老多勒好安楊
12	我下個月要去日本	Tháng sau tôi phải đi Nhật Bản
		趙少多肥勒影傍

39

6 什麼時候 ● Chừng nào(=hồi nào =bao giờ)
整腦（= 悔腦 = 包唷）

---

1 你什麼時候出去？ Chừng nào anh mới đi?
整腦安麼勒

---

2 你什麼時候回來？ Chừng nào anh mới về?
整腦安麼也

---

3 你什麼時候上班？ Chừng nào anh mới đi làm?
整腦安麼勒覽

---

4 你什麼時候下班？ Chừng nào anh tan sở?
整腦安當社

---

5 你什麼時候放假？ Chừng nào anh ngh làm?
整腦安瑞覽

---

6 你什麼時候抵達？ Chừng nào anh mới đến?
整腦安麼練

---

7 你什麼時候結婚？ Chừng nào anh mới thành hôn?
整腦安麼坦洪

---

8 你什麼時候畢業？ Chừng nào anh mới tốt nghiệp?
整腦安麼惰忍

9	你什麼時候生日？	Chừng nào mới đến sinh nhật của anh?
		整腦麼練身影骨安
10	你什麼時候起床？	Anh khoảng mấy giờ mới thức dậy?
		安狂麥唷麼騰崖
11	你什麼時候吃飯？	Anh khoảng mấy giờ mới dùng cơm?
		安狂麥唷默詠擱

天氣 ●

Khí hậu
愧好

---

40

1 今天天氣怎麼樣？ — Hôm nay thời tiết ra sao?

呵乃特定呀稍

---

2 天氣預報怎麼說？ — Dự báo thời tiết ra sao?

影報特定讓稍

---

3 天氣真好！ — Thời tiết tốt lắm!

特定惰爛

---

4 今天是晴天 — Hôm nay trời nắng

呵乃者難

---

5 今天很熱 — Hôm nay trời rất nóng

呵乃者仍弄

---

6 今天很冷 — Hôm nay trời rất lạnh

呵乃者仍覽

---

7 今天天氣不好！ — Hôm nay thời tiết không được tốt lắm!

呵乃特定空冷惰爛

---

8 進入雨季了 — Sắp vào mùa mưa rồi

善咬母朦惹

9	下雨了	Trời mưa rồi
		者矇惹

10	冬天會下雪嗎？	Mùa đông có tuyết không?
		母龍過航對空

11	今天風很大	Hôm nay gió lớn
		呵乃唷樂

12	今天真涼快	Hôm nay trời mát mẻ
		呵乃者盲滅

13	今天真暖和	Hôm nay trời ấm áp
		呵乃者庵阿

14	下雨天要帶	Trời mưa phải mang theo cây dù
		者矇肥盲挑該有

15	最近有颱風來	Gần đây có bão
		忍賴過包

16	外面打雷了	Ngoài trời có sấm rồi
		軟者過三惹

17	月亮出來了	Mặt trăng lên rồi
		莽張練惹

18	明天有寒流來	Ngày mai có hàn lưu đến
		壤麥過航露練

19	天氣要轉壞了	Thời tiết sắp trở trời rồi
		特定善折者惹

20	天氣要變冷了	Thời tiết sắp trở lạnh rồi
		特定善折覽惹

21	天氣要變熱了	Thời tiết sắp trở nóng rồi
		特定善折弄惹

22	今天溫度幾度？	Nhiệt độ hôm nay bao nhiêu?
		應裸呵乃包優

23	空氣很新鮮清爽	Không khí rất tươi mát, trong lành
		空虧仍登忙中覽

24	今天是多雲的陰天	Hôm nay nhiều mây trời âm u
		呵乃有買者奄歐

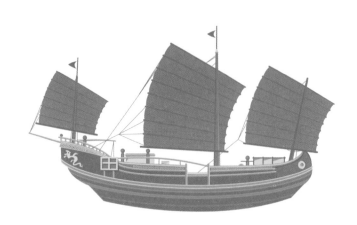

天氣的變化
Kkí hậu thay đổi
愧好胎羅

春季	Mùa xuân	母松
夏季	Mùa hạ	母蛤
秋季	Mùa thu	母偷
冬季	Mùa đông	母龍
晴天	Trời nắng	者南
雨天	Trời mưa	者矇
陰天	Trời âm u	者庵歐
打雷	Có sấm	過三
暴風雨	Mưa bão	蒙保
下毛毛雨	Trời mưa lấm tấm(濛濛細雨) (= mưa bụi = mưa phùn(皆毛毛雨) 者矇爛但(=矇卜=矇風)	
颱風	Bão bùng	保崩
起風	Trở gió	折嘍
起霧	Sương mù	生某
結霜	Kết sương	跟生
下冰雹	Mưa đá	矇臘
下雪	Mưa tuyết	矇對
寒流	Hàn lưu (=luồng khí lạnh)	航露(=朧愧覽)

融雪	Tuyết tan	對當
彩虹	Cầu vồng	稿永
冷	Lạnh	覽
熱	Nóng	弄
溫暖	Ấm áp	暗阿
涼快	Mát mẻ	盲滅
乾燥	Khô ráo	柯繞

數字

Chữ số(=con số)
正碩 (= 郭碩)

1	0	không	
		空	
2	1	một	
		抹	
3	2	hai	
		嗨	
4	3	ba	
		巴	
5	4	bốn	
		播	
6	5	năm	
		南	
7	6	sáu	
		少	
8	7	bảy	
		白	
9	8	tám	
		旦	

10	9	chín
		真

11	10	mười
		猛

12	11	mười một
		猛抹

13	12	mười hai
		猛嗨

14	13	mười ba
		猛巴

15	14	mười bốn
		猛播

16	15	mười la
		猛藍

17	16	mười sáu
		猛少

18	17	mười bảy
		猛白

19	18	mười tám
		猛旦

20	19	mười chín
		猛真
21	20	Hai mươi
		嗨矇
22	30	Ba mươi
		巴矇
23	40	Bốn mươi
		播矇
24	45	Bốn mươi lăm
		播矇藍
25	50	Năm mươi
		南矇
26	55	Năm mươi lăm
		南矇蘭
27	60	Sáu mươi
		少矇
28	70	Bảy mươi
		白矇
29	80	Tám mươi
		旦矇

30	90	Chín mươi
		真矇

31	100	Một trăm
		抹沾

32	200	Hai trăm
		嗨沾

33	500	Năm trăm
		南沾

34	1000	Một nghìn(=một ngàn)
		抹稔(= 抹壤）

35	10000	Mười nghìn(= mười ngàn)
		猛忍(= 猛壤）

36	53 歲	Năm mươi ba tuổi
		南矇巴對

37	180 號	Số một trăm tám mươi
		碩抹詹旦矇

38	2003 年	Năm hai không không ba
		南嗨空空巴

39	一萬盾	Mười nghìn đồng (=mười ngàn đồng)
		猛忍隴（= 猛壤隴）

40	兩百盾	Hai trăm đồng
		嗨詹隴
41	十公斤	10 kg (=Mười ki-lô-gam)
		猛給(= 猛給- 羅- 冉)
42	一千公里	Một nghìn ki-lô-mét(=một nghìn cây số)
		抹稔給- 羅- 滅(= 抹稔概碩)
43	三十分鐘	Ba mươi phút
		巴矇奉

國家篇
Bài quốc gia
甕呀

越南	Việt Nam	影南
台灣	Đài Loan	來亂
美國	Nước Mỹ	能沒
英國	Nước Anh	能安
法國	Nước Pháp	能法
德國	Nước Đức	能愣
西班牙	Tây Ban Nha	呆幫呀
義大利	Nước Ý	能壹
日本	Nhật Bản	影榜
韓國	Nước Hàn Quốc	能航國
中國	Trung Quốc	中國
泰國	Thái Lan	太朗
馬來西亞	Mã Lai Xi A	麻來西阿
新加坡	Xanh-Ga-Po	身尬玻

第六章

飲食

An uống

骯物

1 外食 ● Đi ăn ngoài
勒骯軟

1 我有訂位 　　Tôi có đặt bàn

多郭朗榜

2 我要禁菸區的位子 　Tôi muốn ngồi chỗ cấm hút thuốc

多夢惹卓甘鬧痛

3 我要吸菸區的位子 　Tôi muốn ngồi chỗ được hút thuốc

多夢惹卓冷鬧痛

4 請拿菜單給我看 　　Xin lấy tấm thực đơn cho tôi xem

申賴但疼了捉多先

5 我點的菜還沒來 　　Đồ ăn của tôi chưa đến

裸骯骨多之練

6 我要一碗湯麵 　　　Cho tôi một tô mì

捉多抹惰美

7 我要吃生牛肉河粉 　Tôi muốn ăn phở bò tái

多夢骯佛跛呆

8 我想吃酸魚湯 　　　Tôi muốn ăn canh cá chua

多夢骯甘尬珠

9	我想吃春捲	Tôi muốn ăn chả giò
		多夢骯雜唷

10	烤肉用生菜包起來、蘸魚露吃	Thịt nướng dùng rau sống cuốn lại, chấm nước mắm
		疼能用要勝共來，佔能慢

11	這道菜要多少錢？	Món ăn này bao nhiêu tiền?
		末骯乃包優頂

12	你要推薦什麼菜？	Anh muốn giới thiệu món ăn gì?
		安夢唷挺末骯以

13	我要結帳	Tôi muốn tính tiền
		多夢燈頂

14	不用找了	Khỏi thối tiền
		括拓頂

15	今天我請客	Bữa nay tôi bao ăn
		甮乃多包

16	我們各自付帳	Chúng ta tự trả tiền riêng
		中大等雜頂營

17	這些菜真好吃	Mấy món ăn này ngon quá
		賣末骯乃若襪

湯麵	Mì nước	美能
生牛肉	Bò tái	跛呆
河粉	Phở	佛
米粉湯	Bún nước	崩能
清蒸魚	Cá hấp	尬獲
春捲	Chả giò	雜唷
烤肉	Thịt nướng	疼能
紅燒肉	Thịt kho tàu	疼刻到
炒酸甜牛肉	Thịt bò xào chua ngọt	梯跛少朱偶
炸田雞腿	Đùi ếch chiên	魯案競
精肉團	Chả lụa	雜魯
酸魚湯	Canh chua cá	乾珠尬
豬肉白菜湯	Canh thịt heo cải trắng	乾疼蒿改丈

美味料理
Gia vị
沒以呀以

吐司	Bánh mì sandwich lạt	伴美奢問朗
麵包	Bánh mì	半美
法國麵包	Bánh mì pháp	半美法
餅乾	Bánh bích-quy	半笨威
三明治	Bánh mì sandwich	半美奢問
鬆餅	Bánh xốp	半說
蛋糕	Bánh bông lan	半崩朗
披薩	Bánh pizza	半披撒
蘋果派	Bánh táo	半到
漢堡	Bánh mì hamburger	半美寒玻葛
薯條	Khoai tây chiên	快帶爭
火腿	Thịt dăm bông	疼央崩
香腸	Lạp xưởng	覽繩
熱狗	Xúc xích	送慎
培根	Ba rọi xông khói	巴唷送擴
荷包蛋	Trứng ốp la	正哦拉
水煮蛋	Trứng luộc	正魯
炒蛋	trứng xào	正掃
奶油	Bơ	玻

起司	Pho mai	佛埋
果醬	Mứt trái cây	夢摘該
花生醬	Mứt đậu phộng	夢老唪
洋芋片	Khoai tây mỹ	快呆美
爆米花	Bắp rang bơ	罷讓玻
巧克力	Kẹo sô-cô-la	高說郭拉
糖果	Kẹo	高
布丁	Bánh F-lăng	半佛郎
果凍	Sương sa	生沙
玉米濃湯	Súp bắp non	宿半那
義大利麵	Mì nước ý	美義
生菜沙拉	Sa lát rau	沙拉繞
牛排	Bít tết	米待

 加油！加油！每天都有進步！

日本料理
Gia vị
沒以呀以

生魚片	Cá sống (=Sasimi)	尬送(=沙西米)
壽司	Su Shi	蘇西
拉麵	Mì Nhật	美應
咖哩飯	Cơm cà ri	哥軋瑞
中華料理	Món Trung Quốc	莫中翁

美味可口的越南鮮蝦捲，蘸魚露吃，令人垂涎三尺。

吃飯

Ăn cơm
骯哥

---

43

1 幾點要吃晚飯？

Mấy giờ muốn ăn cơm tối?

賣惹夢骯哥惰

---

2 早上我要喝粥

Buổi sáng tôi muốn ăn cháo

卜上多夢骯照

---

3 還要添飯嗎？

Còn muốn thêm cơm không?

果夢漆哥空

---

4 菜合胃口嗎？

Đồ ăn có hợp miệng không?

裸骯過喝名空

---

5 大家來吃飯了

Ca nhà lại ăn cơm

尬亞來骯哥

---

6 我去切一些水果

Tôi đi cắt trái cây

多勒港摘該

---

7 我準備了一些點心

Tôi có chuẩn bị một ít bánh trái

多過整北抹恩半摘

---

8 要喝飲料嗎？

Muốn uống nước ngọt không?

夢翁能惹空

9	還需要什麼嗎？	Còn cần cái gì không?
		果梗該以空

10	今天的菜很好吃	Đồ ăn bữa nay ngon quá
		裸骯不乃若襪

11	晚餐要吃些什麼呢？	Bữa tối ăn cái gì?
		哥不惰骯該以

12	晚餐要回來吃嗎？	Bữa tối có muốn về ăn không?
		不惰過夢也骯空

13	你想吃什麼？	Anh muốn ăn cái gì?
		安夢骯該以

14	你不吃什麼？	Anh không ăn cái gì?
		安空骯該以

15	我不吃早飯	Tôi không ăn sáng
		多空骯上

16	晚上去外面吃	Tối nay đi ra ngoài ăn
		惰乃勒呀軟骯

 跟著 CD 多聽多學，學習效果超強！

黃瓜	Dưa leo	惹了
南瓜	Bí ngô	被若
絲瓜	Mướp hương	孟亨
苦瓜	Hủ qua (=mướp đắng)	虎蛙(=孟浪)
冬瓜	Bí đao	被撈
地瓜	Khoai lang	快郎
菠菜	Rau chân vịt	要正飲
空心菜	Rau muống	要孟
豆芽菜	Giá	牙
韭菜	Hẹ	黑
高麗菜	Bắp cải	半改
紅蘿蔔	Cà rốt	尬若
馬鈴薯	Khoai tây	快代
玉米	bắp	罷
蕃茄	Cà chua	尬珠
茄子	Cà tím	尬定
竹筍	Măng	芒
蘆筍	măng	芒

香菇	Nấm	難
豌豆	Đậu hà lan	老哈啷
四季豆	Đậu đũa	老盧
辣椒	Ớt	惡
蔥	Hành	喊
薑	gừng	扔
蒜	Tỏi	奪

水果篇
Bài trái cây
百債該

鳳梨	Trái thơm	債特
水梨	Trái lê	債列
蘋果	Trái táo tây (=trái bom)	債到呆(=債玻)
西瓜	Trái Dưa hấu	債蒽號
木瓜	Trái Đu đủ	債摟樓
橘子	Trái quít	債問
柳橙	Trái cam	債乾
葡萄	Trái nho	債唷
香蕉	Trái chuối	債醉
桃子	Trái đào	債老
李子	Trái mận	債孟
椰子	Trái dừa	債蒽
芒果	Trái xoài	債甩
龍眼	Trái nhãn	債楊
荔枝	Trái vải	債崖
火龍果	Trái thanh long	債貪龍
甘蔗	Mía	密
柚子	Trái bưởi	債不

檸檬	Trái chanh	債詹
櫻桃	Trái anh đào	債安老
草莓	Trái dâu	債要
石榴	Trái lựu	債盧
芭樂	Trái ổi	債哦

味覺 。 Mùi vị
母以

44

1 這個太酸　　　Món này chua quá
　　　　　　　　末乃珠襪

2 這個太甜　　　Món này ngọt quá
　　　　　　　　末乃若襪

3 這個太苦　　　Món này đắng quá
　　　　　　　　末乃浪襪

4 這個太辣　　　Món này cay quá
　　　　　　　　末乃該襪

5 這個太鹹　　　Món này mặn quá
　　　　　　　　末乃忙襪

6 這個太冰　　　Món này lạnh quá
　　　　　　　　末乃蘭襪

7 這個太燙　　　Món này nóng quá
　　　　　　　　末乃弄襪

8 這個太冷　　　Món này nguội quá
　　　　　　　　末乃汝襪

9 這個很香　　　Món này thơm quá
　　　　　　　　末乃特襪

10	這個很臭	Món này thúi(=thối) quá
		末乃退（= 拓）襪
11	今天買的水果好甜	Bữa nay mua trái cây ngọt quá
		不乃模債該弱襪
12	湯不要加太多鹽， 會太鹹	Nấu canh đừng bỏ muối nhiều quá, sẽ mặn quá
		鬧乾冷伯謀有襪，血忙襪
13	今天的菜太油了	Bữa nay đồ ăn nấu mỡ quá
		甭乃裸骩鬧麼襪
14	菜不要太辣	Đồ ăn đừng nấu cay quá
		裸骩冷鬧該襪

TRAVEL TIPS

魚露

　　談到越南菜，有一樣東西可說是越南菜的精髓所在，那就是核心配料—魚露。對初次嘗試越南魚露的觀光客可能覺得又腥又臭，但對當地越南人來說，魚露有如人間美味。魚露的製作過程並不難，過去魚露是當地人每家每戶必備的自製聖品，現在則多由工廠生產。簡單來說，魚露的作法是將新鮮的魚醃製在封閉的木桶中，然後再將魚發酵後流出的汁液過濾經製，就能得到精醇的魚露。通常當地人會將精製的魚露搭配辣椒、醋、檸檬等佐料調配，如此真正的魚露才算大功告成。越南人認為魚露對女性身體具有相當的療養功效，經常食用可以永保青春窈窕，所以魚露也是越南女性的美容秘方呢！

口味篇
Bài khẩu vị
靠以

酸	Chua	珠
甜	Ngọt	弱
苦	Đắng	浪
辣	Cay	該
鹹	Mặn	忙
冰	Lạnh	蘭
燙	Nóng	弄
冷	Nguội	軟
香	Thơm	特

TRAVEL TIPS

笠帽風情

　　説起越南人，大部分人忍不住浮現腦海的應該是一個個穿著黃色開叉長衫、長褲，以及頭上戴個斗笠的模樣，這頂「笠帽」真可説是越南人的「正字標記」。據説笠帽是為了因應古時蓄留長髮的農民農作方便而出現的，而其圓錐造型能適應各種頭型，後來則成了越南男女老少都不可少的必需品。越南的笠帽是由竹子和草編織而成，輕便又防曬、防雨，現在則成了到訪的觀光客喜愛購買的紀念品，笠帽除了有實用的功能，現在又多了觀光與藝術的價值。

臭	Thúi(=thối)	退(=拓)
油膩	Mỡ	麼
清淡	Lạt(=nhạt)	母朗(=養)
太濃	Đặc quá	郎襪
太淡（稀）	Lạt quá(=lỏng)	朗襪(=龍)
太淡（稀）	Lạt quá(=lỏng)	朗襪(=龍)

鹽	Muối	目
糖	Đường	冷
油	Mỡ	麼
醋	Giấm	樣
辣椒醬	Tương ớt	登惡
胡椒粉	Hạt tiêu	航丟
蕃茄醬	Tương cà chua	登尬珠
黑胡椒醬	Tương hạt tiêu đen	登航丟諒
蘑菇醬	Tương nấm rơm	登難蔥

麵粉	Bột mì	跛美
魚露	Nước mắm	能慢
香菜	Ngò(=rau thơm)	弱(=要特)
蔥	Hành	喊
薑	Gừng	扔
蒜	Tỏi	奪
橄欖	Ô liu	喔流

4 吃點心 ● Ăn bánh trái (=a quà)
骯半債 (= 骯瓦)

 45

1 我想吃春捲　　Tôi muốn ăn chả giò
多夢骯雜唷

2 我想吃糖粥　　Tôi muốn ăn chè đường
多夢骯姐冷

3 我想吃蓮子羹　　Tôi muốn ăn chè sen
多夢骯姐鄉

4 我想吃綠豆湯　　Tôi muốn ăn chè đậu xanh
多夢骯姐老山

5 我想吃甜湯　　Tôi muốn ăn chè ngọt
多夢骯姐若

6 我想吃粽子　　Tôi muốn ăn bánh ú
多夢骯半歐

7 我想吃精肉團　　Tôi muốn ăn chả lụa
多夢骯雜魯

8 我想吃粉捲　　Tôi muốn ăn bánh cuốn
多夢骯半共

9 我想吃扁米羹　　Tôi muốn ăn chè cốm
多夢骯姐過

10	我想吃冰淇淋	Tôi muốn ăn kem
		多夢觥乾

11	我想吃牛肉乾	Tôi muốn ăn thịt bò khô
		多夢觥疼跛摳

12	我想吃蜜餞	Tôi muốn ăn kẹo mứt
		多夢觥稿孟

糖粥	Chè đường	姐冷
糖蓮子	Mứt sen	夢鄉
蓮子羹	Chè sen	姐鄉過
西米露	Nước bột bán	能跛棒
綠豆湯	Chè đậu đường	姐老三
綠豆沙	Chè đậu xanh	姐老山
甜湯	Chè	姐
薑味糯米糖粥	Chè bà cốt	姐把過
粽子	Bánh ú	半歐

TRAVEL TIPS

胡志明鞋

　　乍聽之下，你可能會以為這鞋是越南之父胡志明所發明的，不過事實上胡志明鞋是戰爭下的產物，這種鞋最早出現在胡志明領導對法國作戰時，因為當時許多越南軍民都利用法國軍隊所留下來的輪胎，製成塑膠的鞋子，耐用又方便，而且一毛錢也不必花，便成了風行一時的「國鞋」，「胡志明鞋」的稱謂也由之而來。雖然現在經濟進步，舊時的「胡志明鞋」可說不復可見，但當地居民仍然喜歡穿著涼鞋就出門上街去。

粉捲	Bánh cuốn	半共
冰淇淋	Kem	乾
牛肉乾	Thịt bò khô	疼跛摳
蜜餞	Kẹo mứt	稿孟
西瓜子	Hạt dưa (hạt=hột)	行唷〈行=河〉
南瓜子	Hạt bí (hạt=hột)	行被〈行=河〉
葵瓜子	Hạt quỳ (hạt=hột)	行委〈行=河〉

我喜歡喝．

Tôi thích uống

多疼翁

46

1 我喜歡喝牛奶　　　Tôi thích uống sữa bò

多疼翁十跛

2 我喜歡喝冰咖啡　　Tôi thích uống cà phê đá

多疼翁尬啡臘

3 我喜歡喝熱咖啡　　Tôi thích uống cà phê nóng

多疼翁尬啡弄

4 我喜歡喝果汁　　　Tôi thích uống nước trái cây

多疼翁能債該

5 我喜歡喝水　　　　Tôi thích uống nước trắng

多疼翁能張

6 我喜歡喝茶　　　　Tôi thích uống trà(=chè)

多疼翁眨（＝姐）

7 我喜歡喝可樂　　　Tôi thích uống cô ca

多疼翁郭尬

8 我喜歡喝檸檬汁　　Tôi thích uống nước chanh

多疼翁能詹

9 我喜歡喝柳橙汁　　Tôi thích uống nước cam

多疼翁能甘

| 10 | 我喜歡喝甘蔗汁 | Tôi thích uống nước mía |
| | 多疼翁能密 | |

| 11 | 我喜歡喝西米露 | Tôi thích uống nước bột bán |
| | 多疼翁能跛棒 | |

 生活化的內容，越南文很 Easy，學習好 Happy！

牛奶	Sữa bò	十跛
冰咖啡	Cà phê đá	尬啡臘
熱咖啡	Cà phê nóng	尬啡弄
果汁	Nước trái cây	能債該
水	Nước trắng	能張
茶	Nước trà(=chè)	能眨(=姐)
可樂	cô ca	郭尬
檸檬汁	Nước chanh	能詹
柳橙汁	Nước cam	能乾
甘蔗汁	Nước mía	能密
啤酒	Bia hơi	逼喝
威士忌	Rượu uýt-ki (=wisky)	容威給 (=威誰給)
葡萄酒	Rượu nho (=rượu vang)	容唷 (=嘍方)
香檳	Rượu sâm banh	容山班

1	**我喜歡吃水果**	Tôi thích ăn trái cây
		多疼舷債該
2	**我喜歡吃香蕉**	Tôi thích ăn chuối
		多疼舷醉
3	**我喜歡吃蘋果**	Tôi thích ăn trái bom (=trái táo tây)
		多疼舷債玻（= 債到呆）
4	**我喜歡吃西瓜**	Tôi thích ăn dưa hấu
		多疼舷應號
5	**我喜歡吃麵包**	Tôi thích ăn bánh mì
		多疼舷半美
6	**我喜歡吃蛋糕**	Tôi thích ăn bánh bông lan
		多疼舷半玻郎
7	**我喜歡吃巧克力**	Tôi thích ăn kẹo sô-cô-la
		多疼舷高說郭拉
8	**我喜歡吃魚**	Tôi thích ăn cá
		多疼舷尬

9 我喜歡吃雞肉　　Tôi thích ăn thịt gà
多疼䫆疼壤

10 我喜歡吃雞蛋　　Tôi thích ăn trứng gà (=hột gà)
多疼䫆正壤（＝火嘎）

11 我喜歡吃烤鴨　　Tôi thích ăn vịt quay
多疼䫆引歪

12 我喜歡吃鴨仔蛋　　Tôi thích ăn hột vịt lộn
多疼䫆火引龍

魚肉	cá	尬
魚乾	Cá khô	尬摳
魷魚	Cá mực ống	尬猛翁
鱈魚	Cá thu	尬偷
鮭魚	Cá tuyết	尬定
沙丁魚	Cá sác-đin	尬上冷
鰻魚	Cá lụy (=cá lạc=cá dưa)	尬壘 (=尬朗=尬英)
鮪魚	Cá Tuna	尬都那
蝦子	Tôm	冬
龍蝦	Tôm hùm	多哄
蝦仁	thịt tôm	疼多
蛤蜊	Con ngao (=con sò)	郭饒(=郭所)
牡蠣	Con hào	郭好
螃蟹	Con cua	郭姑
貝類	Loại bổi	裸泊

雞肉	Thịt gà	疼嘎
雞腿	Đùi gà	魯嘎
雞翅	Cánh gà	乾嘎
雞蛋	Trứng gà (=Hột gà)	正嘎 （= 火嘎）
蛋白	Tròng trứng trắng	種正丈
蛋黃	Tròng trứng đỏ	種正羅
鴨肉	Thịt vịt	疼引
鴨蛋	Trứng vịt (=Hột vịt)	正引 （= 火引）
鵝肉	Thịt ngỗng	疼容
牛肉	Thịt bò	疼跛
牛小排	Sườn bò con	省跛郭
牛肚	Bao tử bò	包登跛
牛舌	Lưỡi bò	雷跛
豬肉	Thịt heo	疼蒿
五花肉	Thịt ba chỉ	疼八己
瘦肉	Thịt nạc	疼難
肥肉	Thịt mỡ	疼麼
羊肉	Thịt dê	疼耶

怎麼樣？

Ra sao?
呀稍

1 喝點茶怎麼樣？   Uống một chút trà nhé?
翁抹畫眨耶

2 喝點兒汽水怎麼樣？   Uống một chút nước ngọt nhé?
翁抹畫能弱耶

3 喝點兒咖啡怎麼樣？   Uống một chút cà phê nhé?
翁抹畫尬啡耶

4 喝點兒啤酒怎麼樣？   Uống một chút bia nhé?
翁抹畫逼耶

5 吃點兒水果怎麼樣？   Ăn một chút trái cây nhé?
骯抹畫債該耶

6 吃點兒餅乾怎麼樣？   Ăn một chút bánh qui nhé?
骯抹畫半威耶

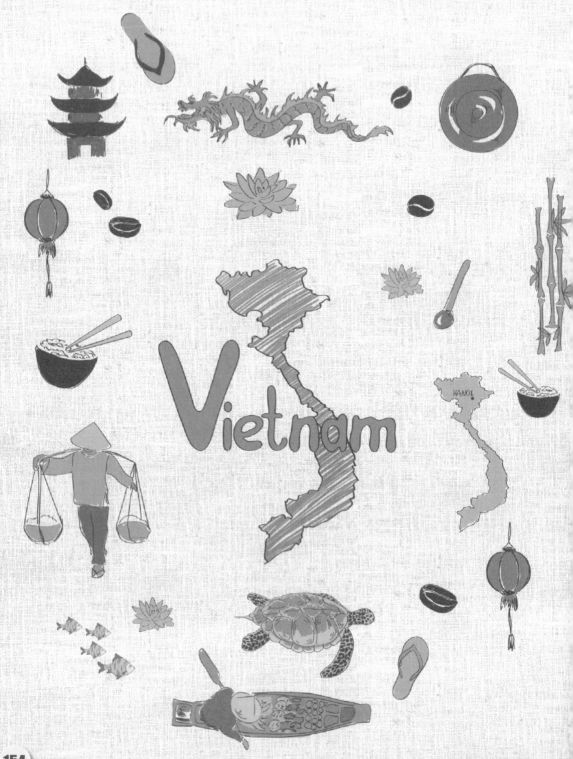

第七章

觀光娛樂

Tham quan giải trí

貪王才基

1

交通 ● Giao thông
要通

1	我要叫計程車	Tôi muốn kêu xe tắc-xi
		多猛苟些當西
2	請開後頭行李箱	Xin mở giùm cốp hành lý đằng sau
		申模永各罕淚朗稍
3	這是我要去的地址	Đây là địa chỉ tôi muốn đi
		賴喇理基多夢勒
4	我要到中央酒店	Tôi muốn đến nhà hàng Trung Ương
		多夢練亞航中恩
5	請載我到這裡	Xin chở tôi đến chỗ này
		申折多練著乃
6	請停在這裡	Xin dừng tại đây
		申等台賴
7	幫我叫部車好嗎？	Xin kêu xe giùm tôi được không?
		申苟些永多冷空
8	往前直走	Hướng đằng trước đi thẳng
		橫朗正勒堂

9	下一個紅綠燈往右轉	Đến cái đèn xanh đèn đỏ sau quẹo phải
		練概兩山兩羅稍怪乏
10	到了，請叫我一聲	Đến nơi xin kêu giùm một tiếng
		練呢申苟永抹定
11	我要搭地鐵	Tôi muốn đáp xe điện ngầm
		多夢欄些領染
12	我要搭火車	Tôi muốn đáp xe lửa
		多夢爛些冷
13	我要去車站	Tôi muốn ra bến xe
		多夢呀便些
14	我要去機場	Tôi muốn đến sân bay
		多夢練生掰
15	我要去內牌機場	Tôi muốn đến sân bay Nội Bài
		多夢練生百挪百
16	我要到胡志明市	Tôi muốn đến Sài Gòn
		多夢練骰惹
17	我要到順化	Tôi muốn đến Huế
		多夢練苗
18	我要到海防	Tôi muốn đến Hải Phòng
		多夢練還風

| 19 | 我要到河內 | Tôi muốn đến Hà Nội |
| | | 多夢練哈挪 |

| 20 | 我要到蜆港 | Tôi muốn đến Đà Nẵng |
| | | 多夢練喇南 |

| 21 | 我要坐渡輪 | Tôi muốn đi phà |
| | | 多夢立法 |

| 22 | 我要去自由街 | Tôi muốn đến đường Tự Do |
| | | 多夢練冷等唷 |

| 23 | 我迷路了 | Tôi bị lạc đường rồi |
| | | 多北朗冷惹 |

| 24 | 你可以幫我嗎？ | Anh giúp giùm tôi được không? |
| | | 安用永多冷空 |

| 25 | 有多遠？ | Còn bao xa? |
| | | 葛包沙 |

| 26 | 要花多久時間？ | Phải tốn bao nhiêu thời gian |
| | | 肥多包有特央 |

| 27 | 要多少錢？ | Phải cần bao nhiêu tiền? |
| | | 肥跟包有頂 |

| 28 | 你可以帶我去嗎？ | Anh dẫn tôi đi được không? |
| | | 安營多勒冷空 |

交通工具篇
Bài phương tiện giao thông
風頂要通

飛機	Máy bay	麥掰
計程車	Xe tắc-xi	些當西
火車	Xe lửa	些冷
地鐵	Xe điện ngầm	些領染
汽車	Xe hơi	些喝
公車	Xe ô-tô-buýt	些喔-的-笨
卡車	Xe tải	些代
摩托車	Xe hon đa (=xe máy)	些豁拉 (=些賣)
腳踏車	Xe đạp	些覽
輪船	Tàu thủy	島頹

住宿 ● Quán tro
望折

---

1 我要訂房間　　　Tôi muốn đặt phòng
多夢朗風

---

2 我要單人房間　　Tôi muốn phòng một người
多夢風抹扔

---

3 我要雙人房間　　Tôi muốn phòng hai người
多夢風嗨扔

---

4 住一天多少錢？　Ở một ngày bao nhiêu tiền?
兒抹壤包優頂

---

5 我要住 5 天，算我　Tôi muốn ở năm ngày, tính rẻ
　　便宜點　　　　　một chút
多夢兒南壤鄧爺抹晝

---

6 哪裡有便宜點的飯店？ Ở đâu có khách sạn rẻ một
　　　　　　　　　chút ?
兒撈過看賞爺抹晝

---

7 我要安靜點的房間　Tôi muốn ở căn phòng yên tĩnh
　　　　　　　　　một chút
多夢兒剛風英等抹朱

---

8 請問 306 號房在哪裡？ Xin hỏi phòng ba không sáu ở
　　　　　　　　　đâu?
申何風巴空少兒撈

9	請問緊急出口在哪裡？	Xin hỏi lối thoát ở đâu?
		申何燃了貪兒撈
10	哪裡可以洗澡？	Nhà tắm ở đâu?
		亞旦兒撈
11	哪裡可以洗衣服？	Giặt quần áo ở đâu?
		眨穩傲兒撈
12	洗手間在哪裡？	Nhà vệ sinh ở đâu?
		亞爺生兒撈
13	明天 8 點請叫我起床	Ngày mai sáng tám giờ xin đánh thức?
		壤麥上旦唷申爛騰多
14	幫我把行李搬上去	Xách hành lý lên lầu giùm tôi
		善喊類臉老永多
15	我要按摩服務	Tôi cần phục vụ đấm bóp
		多梗風福爛播
16	我要洗桑拿浴	Tôi muốn tắm sauna
		多夢淡稍拿
17	洗衣袋內的衣服要送洗	Quần áo trong giỏ đó muốn đem đi giặt
		穩傲中嘍樂夢連勒養
18	我要結帳退房間	Tôi muốn trả phòng
		多夢雜風

| 1 | 我要去下龍灣 | Tôi muốn đi Hạ Long |
| | | 多夢勒哈龍 |

| 2 | 我要去逛行桃街 | Tôi muốn đi dạo phố Hàng Đào |
| | | 多夢勒咬佛喊老 |

| 3 | 我要去動物園 | Tôi muốn đi vườn bách thú (=sở thú) |
| | | 多夢勒影半透（= 捨透） |

| 4 | 我要去水族館 | Tôi muốn đi tiệm cá cảnh |
| | | 多夢勒丁嘎敢 |

| 5 | 我要去參觀博物館 | Tôi muốn đi tham quan viện bảo tàng |
| | | 多夢勒貪官影保檔 |

| 6 | 我要去逛夜市 | Tôi muốn đi chơi chợ đêm |
| | | 多夢勒這者練 |

| 7 | 我要去參觀寺廟 | Tôi muốn đi tham quan chùa miếu |
| | | 多夢勒貪官主謬 |

| 8 | 我要去看古蹟 | Tôi muốn đi xem Củ Chi |
| | | 多夢勒先古幾 |

9	我要去公園	Tôi muốn đi công viên
		多夢勒工應
10	我要去胡志明陵	Tôi muốn đi lăng Bác Hồ
		多夢勒朗棒火
11	我要去海邊玩	Tôi muốn đi bãi biển chơi
		多夢勒白並這
12	我要去散步	Tôi muốn đi tản bộ
		多夢勒檔跛

TRAVEL TIPS 瞄準越南現況

越南在 1975 年南越落入共產黨手中後，即成為社會主義共產國家，首都是河內，但國內第一大城則是擁有 450 萬人的胡志明市。

由於越南過去經年累月的戰火，加上共產主義較不重視民生建設，因此越南的公共設施普遍落後，至 1986 年經濟改革之後，越南才逐漸擺脫貧窮的命運。而台灣則在「南向政策」的鼓勵下，也開始到越南投資設廠，到 2001 年底，台灣已經是外國投資的第二位，現在雙方之間的經貿關係日趨密切。

越南本是以農立國，在開放農業私有化後，越南更一躍成為世界的第二大稻米出口國，而稻米、茶葉、咖啡和腰果，都是越南的主要出口農產品。

越南的信仰自由，有百分之五十三信仰佛教，信仰天主教者則佔分之四十，道教百分之六，另外還有基督徒與回教徒等。

洋房	Nhà tây	亞呆
大廈	Tòa nhà	多亞
公園	Công viên	工應
醫院	Bệnh viện	扁影
圖書館	Thư viện	疼影
學校	Trường học	整火
麵包店	Tiệm bánh mì	頂半美
超市	Siêu thị	修梯
書店	Hiệu sách	候善

百貨公司	Công ty bách hóa	工堆半話
西藥房	Nhà thuốc tây	亞痛代
郵局	Bưu cục	不共
市場	Chợ	者
工廠	Công xưởng (=nhà máy)	工繩(=亞賣)

品嚐南洋風味美食

　　越南以農立國，所以稻米也是其主食，越南菜和中國菜有些相似，但口味比較清淡，越南雖然也屬於東南亞，但是菜餚的烹飪上則不似鄰國泰國、馬來西亞，那麼強調香料的氣味，越南菜的特色就是儘量保持原汁原味，也很少用煎或炸，所以當地的青菜多半以生菜的方式食用。

　　越南菜有許多著名料理，是相當值得饕客們嚐嚐看的，例如越南招牌菜越式春捲、甘蔗蝦、牛肉河粉、糯米雞等。自從越南東家羊肉爐在台灣聲名大噪後，到越南享用個道地的羊肉爐，也是許多觀光客的首選呢！

　　有一種越南人喜愛的點心，是許多觀光客敬而遠之的料理，那就是鴨仔蛋，顧名思義，那是尚未孵化完全的鴨蛋煮熟而成的，通常會放在桌上一旁當作小菜，奉勸沒有膽子的人，可別隨便拿桌上的蛋來吃喔！

4 娛樂 ● Giải trí
亞基

1	我要去看戲	Tôi muốn đi coi hát
		多夢勒郭行
2	我要去看嘲劇	Tôi muốn đi coi hát chèo
		多夢勒郭行角
3	我要去看從劇	Tôi muốn đi coi hát tuồng
		多夢勒郭行懂
4	我要去看改良劇	Tôi muốn đi coi hát cải lương
		多夢勒郭行改龍
5	我要去看歌劇	Tôi muốn đi coi ca kịch
		多夢勒郭尬跟
6	我要去看木偶戲	Tôi muốn đi coi kịch múa rối
		多夢勒郭跟木弱
7	我要去看話劇	Tôi muốn đi coi kịch nói
		多夢勒郭跟諾
8	我要去聽音樂會	Tôi muốn đi coi ca nhạc
		多夢勒郭嘎養
9	我要去聽廣播劇	Tôi muốn nghe kịch phát thanh
		多夢業跟法貪

10	到哪裡買票？	Đến đâu mua vé?
		練撈模業
11	我要買兩張電影票	Tôi muốn mua hai tấm vé xem phim
		多夢模嗨淡業先紛
12	我要買 1 張門票	Tôi muốn mua một tấm vé
		多夢模抹淡業
13	幾點開始表演？	Mấy giờ mới bắt đầu biểu die ?
		賣唷麼棒老表營
14	今晚有什麼節目？	Tối nay có tiết mục gì không?
		惰乃過定孟以空
15	我要先訂位子	Tôi muốn đặt cho ngồi trước
		多夢朗著正
16	這裡可以拍照嗎？	Ở đây được chụp hình không?
		兒賴冷主很空
17	傳統地方舞蹈很精彩	Vũ đạo truyền thống địa phương rất hay
		由老景痛李風仍嗨

娛樂表演
Biểu die giải trí
表營亞基

嘲劇	Hát chèo	行腳
從劇	Hát tuồng	行懂
改良劇	Cải lương	改龍
木偶戲	Múa rối	木弱
廣播劇	Kịch phát thanh	跟方貪
傳統地方舞蹈	Vũ đạo truyền thống địa phương	由老景痛李風
歌劇	Ca kịch	尬跟
話劇	Kịch nói	跟諾
音樂會	Ca nhạc	尬養
合唱團	Đoàn hợp xướng (=hợp ca)	朗合勝(=合尬)
芭蕾舞	múa ba-lê	木八咧
電影	Xem phim	先紛
悲劇	Bi kịch	悲跟
喜劇	Kịch vui	跟優
文藝愛情片	Phim văn nghệ ái tình	紛央嚷愛等
動作片	Phim hành động	紛喊隴
恐怖片	Phim khủng bố	紛恐播

1	我要買古董	Tôi muốn mua cổ vật
		多夢模國文

2	我要買長衣（越南服裝）	Tôi muốn mua áo dài(Phục trang Việt-Nam)
		多夢模傲崖（唪張影南）

3	我要買綢緞	Tôi muốn mua lụa vóc
		多夢模裸永

4	我要買瓷器	Tôi muốn mua đồ sứ
		多夢模裸勝

5	我要買絲巾	Tôi muốn mua khăn lụa
		多夢模康魯

6	我要買花瓶	Tôi muốn mua bình bông
		多夢模本崩

7	我要買東湖民間畫	Tôi muốn mua tranh dân gian Đông Hồ
		多夢模沾因央隴火

8	我要買行鼓民間畫	Tôi muốn mua tranh dân gian Hàng Trống
		多夢模沾因央喊仲

9	我要買木雕	Tôi muốn mua điêu khắc go
		多夢模若留刻
10	給我一份目錄看看	Cho tôi một tờ mục lục xem thử
		捉多抹的木魯先疼
11	有沒有打折？	Có giảm giá không?
		過洋訝空
12	太貴了，算便宜點	Mắc quá, tính rẻ một chút
		盲襪敦爺抹晝
13	總共多少錢？	Tổng cộng bao nhiêu tiền?
		董共包優頂
14	收不收信用卡	Có nhận thẻ tín dụng không?
		過應鐵敦永空
15	我不想買了	Tôi không muốn mua
		多空夢模
16	你的錢找錯了？	Anh thối lộn tiền rồi?
		安拓裸頂惹
17	你還沒有找錢	Anh chưa thối tiền
		安之拓頂
18	請分開包裝	Xin chia ra gói giùm
		申機讓弱永

購物小站
Tiệm bán đồ
頂半羅

古董	Cổ vật	國文
綢緞	Lụa vóc	魯用
瓷器	Đồ sứ	裸勝
絲巾	Khăn tơ	康的
花瓶	Bình bông	本崩
畫	Tranh	沾
磨漆畫	Sơn mài	奢買
木雕	Điêu khắc go	留刻國
珠寶	Châu báu	朝報
工藝品	Đồ mỹ nghệ	裸美也

買衣服 Mua đồ mặc
模裸盲

1	我要買長衣	Tôi muốn mua áo dài
		多夢模傲亞
2	我要買外套	Tôi muốn mua áo khoác
		多夢模傲況
3	我要買西裝	Tôi muốn mua áo veston
		多夢模傲業冬
4	我要買套裝	Tôi muốn mua đồ bộ
		多夢模裸玻
5	我要買褲子	Tôi muốn mua quần
		多夢模穩
6	我要買裙子	Tôi muốn mua đầm
		多夢模覽
7	我要買 T 恤	Tôi muốn mua áo thun
		多夢模傲吞
8	我要買鞋子	Tôi muốn mua đôi giày
		多夢模羅崖
9	我要買襪子	Tôi muốn mua đôi vớ
		多夢模羅唷

10	我要買內衣	Tôi muốn mua áo trong
		多夢模傲中

11	我可以試穿這件嗎？	Tôi muốn thử bận chiếc áo này được không?
		多夢騰崩敬傲乃冷空

12	在哪裡可以試穿？	Cho thử bận quần áo ở đâu?
		坐騰崩穩傲兒撈

13	這是什麼料子的？	Đây là chất liệu gì?
		賴喇者柳以

14	這是絲質的	Đây là chất tơ
		賴喇的

15	這是純棉的	Đây là cô-tông nguyên chất
		賴喇郭董瑞正

16	有沒有別的顏色？	Còn có màu khác không?
		果過毛抗空

17	這裡有瑕疵	Ở đây có lo
		兒賴過羅

18	這件不合身	Chiếc áo này không vừa
		敬傲乃空伐

19	我想換別件	Tôi muốn đổi chiếc áo khác
		多夢羅敬傲抗

20	有沒有大件點的？	Có cỡ lớn một chút không?
		過各樂抹書空
21	有沒有小件點的？	Có cỡ nhỏ một chút không?
		過各唷抹書空
22	給我看別的	Cho tôi xem cái khác
		捉多先概抗
23	請幫我修改	Xin sửa giùm tôi
		申什永多

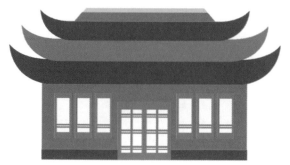

長衣	Á o dài	傲崖
外套	Á o khoác (=夾克Jáo gió)	傲況(=傲柔)
西裝	Á o vét-tông (=áo veston)	傲業冬(=傲業冬)
套裝	Đồ bộ	羅玻
褲子	Quần	穩
短褲	Quần cụt (=quần cộc)	穩共(=穩果)
長褲	Quần dài	穩崖
裙子	Đầm	等
短裙	Đầm ngắn	等讓
長裙	Đầm dài	等崖
T恤	Áo thun	傲吞
牛仔褲	Quần din (=quần jean)	穩因(=穩今)
制服	Đồng phục	隴風
內衣	Áo trong(=áo lót)	傲中(=傲落)
內褲	Quần trong	穩中
泳衣	Áo tắm(=áo bơi)	傲但(=傲玻)

運動服	Quần áo thể thao	穩傲鐵搯
睡衣	Áo ngủ(=đồ ngủ)	傲吳(=裸吳)
毛衣	Áo len	傲連
背心	Áo trong (=Áo lót)	傲中(=傲落)
婚紗	Áo cưới	傲更
晚禮服	Lễ phục dạ hội	列風呀火

 生活化的內容，越南文很 Easy，學習好 Happy！

配件篇
Bài phối kiện
百佛敬

鞋子	Đôi giày	羅崖
皮鞋	Giày da	崖呀
涼鞋	Dép xa g-đan	業桑朗(=崖業)
拖鞋	Đôi dép	羅業
高跟鞋	Giày cao gót	崖高若
雨鞋	Giày đi mưa	崖勒蒙
腰帶	Dây nịt	崖嫩
領帶	Ca vát	嘎伐
絲巾	Khăn tơ	康的
圍巾	Khăn quàng	康往
襪子	Đôi vớ	羅喑
帽子	Cái nón	概諾
手帕	Khăn tay	康代
皮包	Giỏ da	者呀
皮夾	Bóp	玻
書包	Cặp táp	敢但
行李箱	Va ly (=hành lý)	亞勒喊力
雨衣	Áo mưa	傲蒙

鑽石	Hột xoàn (=kim cương)	火爽(=跟更)
寶石	Bảo thạch (=đá quý)	保坦(=拉位)
黃金	Vàng	養
銀	Bạc	榜
手錶	Đồng hồ đeo tay	隴火撩代
手鐲	Vòng tay	永代
戒指	Cà-rá (=chiếc nha)	港讓(=敬營)
項鍊	Dây chuyền	崖景
耳環	Đôi bông	羅崩
胸針	Ghim ngực	任扔
領帶夾	Kẹp ca vát	也尬伐

TRAVEL TIPS

越南國服—長衫

　　如果對越南航空的空姐穿著有點印象的話，應該就知道那些空姐身上的衣服就是越南的國服—長衫，這種衣服通常是以質料輕盈柔軟的布料裁剪而成，有些類似中國旗袍，但是自腰部以下開衩做成褲裝。上半身剪裁合身，腰部的高衩較寬，搭配寬鬆的喇叭型褲管，使穿著國服的越南女子走起路來搖曳生姿。

第八章

感情

Tình cảm

等感

1 我很快樂　　　Tôi rất mừng (=Tôi rất vui)

多仍猛（= 多仍乏）

2 我很高興　　　Tôi mừng hết sức

多猛和勝

3 我很難過　　　Tôi rất buồn

多仍奔

4 我很生氣　　　Tôi rất giận

多仍影

5 我很擔心　　　Tôi rất lo lắng

多仍羅郎

6 我很想家　　　Tôi rất nhớ nhà

多仍唷亞

7 我很愛笑　　　Tôi rất thích cười

多仍疼葛

8 我不愛哭　　　Tôi không thích khóc

多空疼括

9 我放心了　　　Tôi an tâm rồi

多骯單惹

10 太好了　　　　Tốt quá rồi

惰襪惹

人的情緒
Tâm sự cá nhân
登士尬應

快樂	Mừng (=vui)	猛（= 乏）
生氣	Giận	影
悲傷	Bi thương	杯疼
擔心	Lo lắng	羅郎
想家	Nhớ nhà	唷亞
笑	Cười	梗
哭	Khóc	括

 配合 MP3 反覆練習，收「聽」、「說」雙重效果！

| *1* | 這真是太不應該了 | Như vậy thật là không nên |
| | | 應崖疼喇空年 |

| *2* | 他真是太可憐了 | Anh ấy tội nghiệp quá |
| | | 安愛躲引襪 |

| *3* | 這件事真是令人遺憾 | Việc này làm cho người ta cảm thấy hối tiếc |
| | | 引乃覽捉扔大感太或定 |

| *4* | 你的心情我能體會 | Tôi hiểu lòng của anh |
| | | 多猴隴骨安 |

| *5* | 我心中也感到很難過 | Tôi cũng cảm thấy rất buồn lòng |
| | | 多共感太仍崩隴 |

| *6* | 不要悲傷，快振作起來 | Đừng bi thương nữa, phấn khởi lên |
| | | 冷悲疼能，風可練 |

| *7* | 請你要保重身體 | Xin anh bảo trọng thân thể |
| | | 申安包重疼鐵 |

| *8* | 要注意身體健康 | Phải chú ý sức khỏe |
| | | 乏晝意勝魁 |

1	我覺得很累	Tôi cảm thấy rất mệt
		多感太仍免
2	我覺得想睡	Tôi cảm thấy buồn ngủ
		多感太崩吳
3	我覺得很冷	Tôi cảm thấy rất lạnh
		多感太仍覽
4	我覺得很熱	Tôi cảm thấy rất nóng nực
		多感太仍弄能
5	我覺得肚子餓	Tôi cảm thấy đói bụng
		多感太落崩
6	我覺得口渴	Tôi cảm thấy khát nước
		多感太抗能
7	我覺得不舒服	Tôi cảm thấy khó chịu trong người
		多感太擴九中扔
8	我覺得很舒服	Tôi cảm thấy de chịu trong người
		多感太爺九中扔
9	你感覺怎麼樣？	Anh cảm thấy thế nào?
		安感太帖腦

1	我好累	Tôi rất mệt
		多仍免
2	我很睏	Tôi rất buồn ngủ
		多仍崩吳
3	我不舒服	Tôi khó chịu trong người
		多括九中扔
4	我在發燒	Tôi đang phát sốt (=nóng)
		多朗放朔 (= 弄)
5	我頭痛	Tôi nhức đầu (=nhức óc)
		多應老 (= 應哦)
6	我牙疼	Tôi đau răng
		多撈讓
7	我在拉肚子	Tôi bị ỉa chảy
		多必移宅
8	我肚子疼	Tôi đau bụng
		多撈崩
9	我胃痛	Tôi đau bao tử
		多撈包等

10	我感冒了	Tôi bị cảm rồi
		多北感惹

11	我要休息一下	Tôi muốn nghỉ ngơi một chút
		多夢瑞惹抹畫

12	我沒有胃口	Tôi ăn không thấy ngon
		多骯空太惹

13	我想吐	Tôi muốn ói
		多夢哦

14	我精神不好	Tinh thần tôi không được tốt
		登疼多空冷惰

15	我咳的很難過	Tôi ho rất khó chịu
		多呵仍括九

16	我的腳扭傷了	Chân của tôi bị trẹo
		爭骨多北腳

17	我皮膚過敏	Da tôi bị dị ứng
		呀多必以恩

18	我要去看醫生	Tôi muốn đi khám bác sí
		多夢勒看棒誰

19	趕快叫救護車	Kêu xe cứu thương mau nha
		苟些夠疼毛呀

20　我要看急診　　　　Tôi muốn khám cấp cứu

　　　　　　　　　　多夢看乾勾

21　附近哪裡有醫院？　Gần đây ở đâu có bệnh viện?

　　　　　　　　　　扔賴兒撈過扁影

22　先量一下體溫　　　Cặp nhiệt độ trước

　　　　　　　　　　乾營裸正

23　要打針　　　　　　Phải chích thuốc
　　　　　　　　　　(=phải tiêm)

　　　　　　　　　　肥陣痛（= 肥定）

24　去領藥　　　　　　Đi lĩnh thuốc

　　　　　　　　　　勒林痛

生病
Bị bệnh
被扁

發燒	Phát sốt (=phát nóng)	放朔(=放弄)
頭痛	Nhức đầu (=nhức óc)	應老(=應哦)
咳嗽	Ho	呵
流鼻水	Sổ mũi	說謀
感冒	Cảm	感
嘔吐	Ói	哦
便秘	Táo bón	到碰
腹瀉	Ỉa chảy	移宅
肚子痛	Đau bụng	撈崩
食物中毒	Ngộ độc thức ăn	惹隴疼骯
皮膚過敏	Da dị ứng	呀以恩
心臟病	Bệnh đau tim	扁勞定
高血壓	Cao huyết áp	高會阿
糖尿病	Bệnh đái đường	扁賴冷
氣喘	Bệnh suye	扁形
扭傷	Trẹo thương	腳疼
骨折	Sai khớp	塞刻
牙齒痛	Đau răng	勞讓

187

蛀牙	Sâu răng	稍讓
燙傷（火）	Bị phỏng	被風（= 被崩） (=bị bỏng)
癌症	Bệnh ung thư	扁翁疼
近視	Cận thị	梗絲
懷孕	Có thai	過胎
生產	Sinh nở (=sinh đẻ)	身呢(=身列)

胡志明市（西貢）—東方明珠今與昔

　　胡志明市，舊稱「西貢」，一九四五年越南為共產黨所佔領，共產黨將首都移往河內，而為了紀念越南國父，也是越南共產黨的領袖胡志明，所以就將西貢改名為「胡志明市」。

　　胡志明市不但是越南第一大城，也是世界各國進出越南的重要門戶，這顆燦爛的東方明珠曾經因為越戰而失色，但現在的胡志明市已經重拾往日風華，越來越多的五星級飯店與餐廳進駐，越來越多的觀光客到此遊覽，使得胡志明市的白天是人潮熙來攘往，晚上也依然霓紅閃爍、喧嘩熱鬧，儼然是座不夜城。

　　夜遊西貢河是各國觀光客最喜愛的餘興節目，而在西貢的水上餐廳用餐，不但能盡享美食，還能一覽美麗夜景，幾乎是所有觀光客到胡志明市必遊的行程。

1	頭	Đầu
		老
2	臉	Mặt
		忙
3	眼睛	cặp mắt
		葛忙
4	眉毛	Lông mày
		龍買
5	鼻子	Mũi
		模
6	嘴巴	Miệng
		名
7	嘴唇	Môi
		麼
8	牙齒	Răng
		讓
9	舌頭	Lưỡi
		了

10	耳朵	Tai
		呆

11	脖子	Cổ
		國

12	喉嚨	Cổ họng
		國吼

13	肩膀	Vai
		崖

14	手臂	Cánh tay
		干代

15	手掌	Bàn tay
		榜代

16	手指	Ngón tay
		弱代

17	指甲	Móng tay
		夢代

18	胸部	Ngực
		扔

19	腰	Eo lưng
		要冷

20	背	Lưng
		冷
21	腹部	Bụng
		崩
22	臀部	Mông
		蒙
23	大腿	Bắp đùi (=bắp vế)
		罷魯（= 罷業）
24	膝蓋	Đầu gối
		老若
25	小腿	Bắp chân
		罷正
26	腳	Bàn chân
		榜正
27	皮膚	Da
		呀
28	頭髮	Đầu tóc
		老惰

喜歡 Thích
疼

1	我很喜歡這個	Tôi thích cái này
		多疼概乃
2	我不喜歡這個	Tôi không thích cái này
		多空疼概乃
3	你喜歡這個嗎？	Anh thích cái này không?
		安疼概乃空
4	你喜歡哪個？	Anh thích cái nào?
		安疼概給空
5	你喜歡什麼顏色？	Anh thích màu gì?
		安疼毛以
6	我喜歡粉紅色	Tôi thích màu hồng
		多疼毛哄
7	你喜歡什麼季節？	Anh thích mùa nào?
		安疼母腦
8	我喜歡春天	Tôi thích mùa xuân
		多疼母生
9	我喜歡小孩子	Tôi thích trẻ con (=con nít)
		多疼姐郭（= 郭嫩）
10	我喜歡越南	Tôi thích Việt Nam
		多疼影南

Part 3

•

越南語輕鬆入門

學語言，發音和字母是根基，很重要，也是踏出學語言的一步，因為很重要，所以在這個篇章，再複習一次，如果您已經學會，就可以直接跳過。

■ 字母表

61

字母		名稱	
大寫	小寫	越語讀音	音標
A	a	a	ɑ
Ă	a	á	ă
Â	â	ớ	r
B	b	bê	be
C	c	sê	se
D	d	dê	ze
Đ	đ	đê	de
E	e	e	ɛ
Ê	ê	ê	e
G	g	giê	ze
H	h	hát	hat
I	i	i	i
K	k	ca	ka
L	l	e-lờ	ɛlv
M	m	em-mờ	ɛmv

字母		名稱	
大寫	小寫	越語讀音	音標
N	n	**en-nơ**	ɛnv
O	o	o	ɔ
Ô	ô	o	o
Ơ	ơ	ơ	ʌ
P	p	**pê**	pe
Q	q	cu	ku
R	r	**e-rờ**	ɛrv
S	s	**ết-ŝí**	ɛtsv
T	t	**tê**	te
U	u	u	u
Ư	ư	ư	w
V	v	**vê**	ve
X	x	**ich-ŝí**	iksi
Y	y	**i-dài**	izai
		(ì-cờ-rét)	(ikvrɛt)

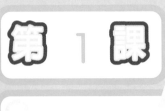

62

〔a〕

哥哥

Anh

安

常用單字

❶ 誰
Ai
哀

❷ 人人，每一個人
Ai ai
哀哀

❸ 愛情
Ái tình (=tình yêu)
愛等（＝等幽）

❹ 安心，放心
An tâm (=yên tâm=an lòng)
骯單（＝音單＝骯隴）

❺ 哥哥
Anh
安

❻ 表哥
Anh họ
安火

❼ 睡衣
Áo ngủ
奧柔

❽ 婚紗
Áo cưới
奧更

單 字 補 給 站

我的家人

❶ 爺爺
Ông nội
喔挪

❷ 奶奶
Bà nội
把挪

❸ 爸爸
Ba
巴

❹ 媽媽
Má
罵

❺ 哥哥
Anh
安

❻ 姊姊
Chị
幾

常用例句開口說

❶ 你是誰？
Anh là ai?
安喇哀

❷ 請放心。
Xin cứ an tâm.
身更骯單

❸ 我只有一個哥哥。
Tôi chỉ có một người anh.
多及過麼扔安

❹ 他是我的表哥。
Anh ấy là anh họ của tôi.
安艾喇安火骨多

❺ 這件睡衣好美。
Cái áo ngủ này đẹp quá.
蓋奧柔乃臉襪

❻ 我喜歡這件婚紗。
Tôi thích cái áo cưới này.
多仍疼蓋奧更乃

挑戰一下　　記憶力大考驗，動筆寫寫看！

❶ 誰 _____　❷ 安心，放心 _____

❸ 哥哥 _____　❹ 表哥 _____

❺ 睡衣 _____　❻ 婚紗 _____

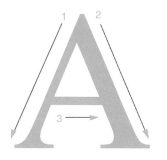

A

A

a

第 2 課 〔ǎ〕

63

〔ǎ〕

吃
Ăn
骹

常用單字

❶ 上相
Ăn ảnh
骹安

❷ 吃越式麵包夾肉
Ăn bánh
骹半

❸ 吃喜酒
Ăn cưới
骹耕

❹ 吃素，吃齋
Ăn chay
骹齋

❺ 吃點心
Ăn điểm tâm
骹林單

❻ 吃館子（＝上酒家、上酒樓）
Ăn nhà hàng
骹亞航

❼ 領薪水
Ăn lương
骹稜

❽ 收賄，吃錢
Ăn đút lót (=ăn tiền)
骹呀落（＝骹頂）

單字補給站

稱謂用語

❶ 弟弟
Em trai
耶齋

❷ 妹妹
Em gái
耶讓

❸ 叔叔
Chú
宙

❹ 阿姨
Dì
以

❺ 伯父
Bác trai
棒齋

❻ 伯母
Bác gái
棒讓

201

常用例句開口說

❶ 她照相很上相。
Cô ấy chụp hình ăn ảnh lắm.
郭艾主很骯安爛

❷ 我喜歡吃越式麵包夾肉。
Tôi thích ăn bánh mì kẹp thịt.
多疼骯半美給疼

❸ 她吃長齋（素）。
Cô ấy ăn chay trường.
郭艾骯齋整

❹ 晚餐上館子（＝上酒樓）吃。
Bữa tối đi ăn nhà hàng.
甬惰勒骯亞航

❺ 我們是領月薪。
Chúng tôi ăn lương hàng tháng.
中多骯稜航趟

❻ 請拒絕收賄。
Xin cự tuyệt ăn đút lót (=ăn tiền).
身耿頂骯唪落（＝骯頂）

挑戰一下　　記憶力大考驗，動筆寫寫看！

❶ 吃喜酒 _____　　**❷** 吃素 _____

❸ 吃點心 _____　　**❹** 吃館子 _____

❺ 領薪水 _____　　**❻** 收賄 _____

Ă

Ă	Ă	Ă	Ă	Ă

ă	ă	ă	ă	ă

64

〔r〕

恩惠
Ân
恩

常用單字

❶ 陰曆，農曆
Âm lịch
安冷

❷ 音樂
Âm nhạc
安氧

❸ 聲音
Âm thanh
安貪

❹ 幽暗，陰森森
Âm u
安歐

❺ 溫暖
Ấm áp
暗阿

❻ 水壺
Ấm nước
暗能

❼ 茶壺
Ấm trà
暗眨

❽ 飲食
Ẩm thực (=ăn uống)
庵疼（=骯翁）

單 字 補 給 站

職業

❶ 醫生

Bác sĩ

棒誰

❷ 警察

Cảnh sát

干上

❸ 農人

Nông dân (=dân cày)

農英（＝英改）

❹ 工人

Công nhân

工英

❺ 郵差

Người đưa thơ (=thư)

扔了特（＝疼）

❻ 上班族

Dân đi làm

英勒懶

常用例句開口說

1 農曆春節我要回台灣。

Tết âm lịch tôi phải về Đài-Loan.

電庵冷多肥也來郎

2 我喜歡聽音樂。

Tôi thích nghe âm nhạc.

多疼耶庵氧

3 今天是陰天。

Hôm nay trời âm u.

豁乃者暗歐

4 今天天氣溫暖。

Hôm nay trời ấm áp.

豁乃者暗阿

5 給我一壺熱水。

Cho tôi một ấm nước nóng.

捉多抹暗能弄

6 給我一壺熱茶。

Cho tôi một ấm trà nóng.

捉多抹暗眨弄

挑戰一下　　記憶力大考驗，動筆寫寫看！

1 陰曆，農曆 _____　　**2** 音樂 _____

3 聲音 _____　　**4** 溫暖 _____

5 水壺 _____　　**6** 茶壺 _____

Â

Â	Â	Â	Â	Â

â	â	â	â	â

第 4 課

65

〔be〕

今天
Bữa nay
甫乃

常用單字

❶ 賣，售
　　Bán
　　棒

❷ 包子
　　Bánh bao
　　半包

❸ 多少錢
　　Bao nhiêu tiền
　　包幽頂

❹ 今天
　　Bữa nay
　　甫乃

❺ 早餐
　　Bữa sáng
　　甫上

❻ 午餐
　　Bữa trưa
　　甫爭

❼ 晚餐
　　Bữa tối
　　甫惰

❽ 郵局
　　Bưu cục
　　崩共

單 字 補 給 站

我的臉

1 眼睛
Mắt
忙

2 眉毛
Lông mày
隴買

3 鼻子
Mũi
模

4 嘴巴
Miệng
名

5 牙齒
Răng
讓

6 耳朵
Tai
呆

209

常用例句開口說

❶ 他賣的很便宜。

Ông ấy bán rẻ lắm.

喔艾棒爺爛

❷ 我喜歡吃肉包子。

Tôi thích ăn bánh bao thịt.

多疼骯半包疼

❸ 全部多少錢？

Tất cả bao nhiêu tiền?

鄧軋包幽頂

❹ 今天要去哪裡玩？

Bữa nay muốn đi đâu chơi?

甫乃夢勒撈這

❺ 晚餐要去哪裡吃？

Bữa tối muốn đi đâu ăn?

甫惰夢勒撈骯

❻ 我要去郵局寄信。

Tôi muốn đi bưu cục gửi thư.

多夢勒不共熱特

挑戰一下　　記憶力大考驗，動筆寫寫看！

❶ 賣，售 _____　**❷** 包子 _____

❸ 多少錢 _____　**❹** 今天 _____

❺ 晚餐 _____　**❻** 郵局 _____

B

B	B	B	B	B

b	b	b	b	b

〔se〕

飯
Cơm
哥

❶ 這個 Cái này 蓋乃	❺ 飯 Cơm 哥
❷ 那個 Cái kia (=cái đó) 蓋給（＝蓋落）	❻ 借問，請問 Cho hỏi 捉活
❸ 謝謝，感謝 Cám ơn 感恩	❼ 祝賀，祝福 Chúc 祝
❹ 媳婦 Con dâu 郭要	❽ 我們 Chúng tôi (=Chúng ta) 中多（＝中大）

單字補給站

人物

1 男生
Nam
男

2 女生
Nữ
能

3 大人
Người lớn
扔樂

4 小孩
Con nít
郭嫩

5 老人
Người già
扔亞

6 嬰兒
Em bé
暗斃

213

常用例句開口說

① 這個是誰的？
Cái này là của ai?
蓋乃喇骨埃

② 那個是我的。
Cái đó là của tôi.
蓋落喇骨多

③ 謝謝你帶我去玩。
Cám ơn anh dẫn tôi đi chơi.
甘俄安迎多勒這

④ 請到我家吃便飯。
Mời đến nhà tôi ăn bữa cơm.
麼練亞多骯甫哥

⑤ 祝安康。
Chúc mạnh giỏi.
祝滿唷

⑥ 我們要去逛街。
Chúng tôi muốn đi dạo phố.
中多夢勒咬佛

挑戰一下　記憶力大考驗，動筆寫寫看！

① 這個 ＿＿＿＿＿＿＿　**②** 那個 ＿＿＿＿＿＿＿

③ 謝謝 ＿＿＿＿＿＿＿　**④** 媳婦 ＿＿＿＿＿＿＿

⑤ 飯 ＿＿＿＿＿＿＿　**⑥** 請問 ＿＿＿＿＿＿＿

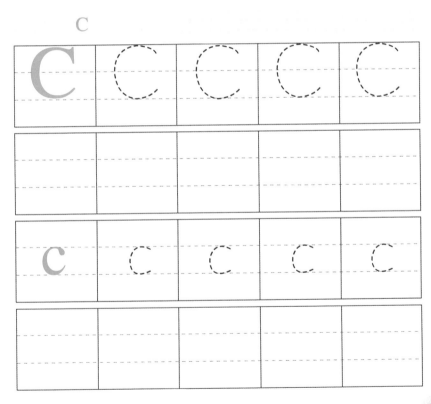

第 6 課　D d

67

〔ze〕

旅遊，旅行
Du lịch
幽冷

常用單字

❶ 近來，最近
　　Dạo này
　　咬乃

❷ 腰帶
　　Dây nịt
　　崖嫩

❸ 拖鞋，涼鞋
　　Dép
　　夜

❹ 收拾，整理
　　Dọn dẹp
　　唷也

❺ 旅遊，旅行
　　Du lịch
　　幽冷

❻ 雨傘
　　Dù
　　友

❼ 氣象預報
　　Dự báo thời tiết
　　影報特定

❽ 鋼琴
　　Dương cầm
　　應敢

單字補給站

十二星座（1）

① 水瓶座
Bảo Bình
保本

② 雙魚座
Song Ngư
送扔

③ 牡羊座
Dương Cửu
應勾

④ 金牛座
Kim Ngưu
跟優

⑤ 雙子座
Song Nam
送南

⑥ 巨蟹座
Bắc Giải
棒牙

常用例句開口說

❶ 最近過得不錯吧！

Dạo này khá chứ!

咬乃咖正

❷ 明天家裡要大掃除。

Ngày mai phải dọn dẹp nhà cửa.

嚷賣乏永也亞更

❸ 我要去旅遊一個月。

Tôi muốn đi du lịch một tháng.

多夢勒幽冷抹趟

❹ 快下雨了記得要帶把雨傘。

Trời sắp mưa rồi nhớ đem theo cây dù.

者善矇若哨練挑該友

❺ 氣象預報明天會下雨。

Dự báo thời tiết ngày mai có mưa.

影抱特定嚷賣過蒙

❻ 她的鋼琴彈得很好。

Cô ấy đàn dương cầm rất giỏi.

郭艾朗應敢仍哨

挑戰一下　　記憶力大考驗，動筆寫寫看！

❶ 腰帶 _____

❷ 拖鞋，涼鞋 _____

❸ 收拾，整理 _____

❹ 旅遊，旅行 _____

❺ 雨傘 _____

❻ 鋼琴 _____

D

D D D D D

d d d d d

〔de〕

道路，街道
Đường
冷

常用單字

❶ 上哪兒去？
　　Đi đâu?
　　勒撈

❷ 電話
　　Điện thoại
　　領台

❸ 打算，擬定
　　Định
　　林

❹ 迎接
　　Đón
　　落

❺ 越南盾（越幣的唸法），元，錢
　　Đồng
　　隴

❻ 動物
　　Động vật
　　隴影

❼ 送行
　　Đưa
　　稜

❽ 道路，街道
　　Đường
　　冷

單字補給站

十二星座（2）

❶ 獅子座
Hải Sư
孩生

❷ 處女座
Xử Nữ
繩能

❸ 天秤座
Thiên Xứng
聽勝

❹ 天蠍座
Hổ Cáp
活乾

❺ 射手座
Nhân Mã
應麻

❻ 魔羯座
Nam Dương
南應

常用例句開口說

❶ 你要上哪兒去？

Anh muốn đi đâu?

安夢勒撈

❷ 我要打電話。

Tôi muốn gọi điện thoại.

多夢若領台

❸ 你打算在這裡多久？

Anh định ở đây bao lâu?

安冷兒來包撈

❹ 我要去機場接朋友。

Tôi ra sân bay đón bạn.

多讓生掰落榜

❺ 我送你去機場。

Tôi đưa anh ra sân bay.

多稜安讓生掰

❻ 全部是五百元。

Tất cả là năm trăm đồng.

鄧軋喇南詹朧

挑戰一下　　記憶力大考驗，動筆寫寫看！

❶ 電話 _____

❷ 打算，擬定 _____

❸ 迎接 _____

❹ 元，錢 _____

❺ 送行 _____

❻ 道路，街道 _____

Đ

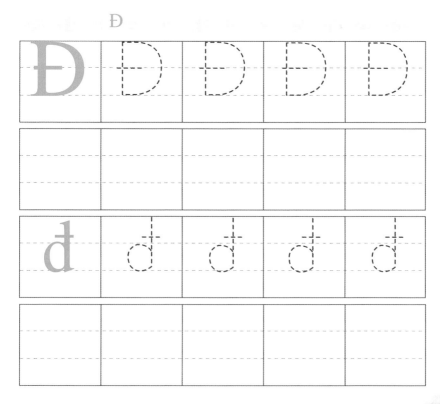

第 8 課

〔ε〕

弟弟，妹妹

Em

耶

常用單字

❶ 弟媳
Em dâu
誒要

❷ 妹妹
Em gái
誒讓

❸ 表弟妹，堂弟妹
Em họ
誒火

❹ 妹夫
Em rể
誒爺

❺ 弟弟
Em trai
誒齋

❻ 老么，最小的弟妹
Em út
誒歐

❼ 小舅子，小姨子
Em vợ
誒唷

❽ 掩飾，遮掩，隱瞞
Ém dem (=ém)
誒眼（＝誒）

69

單字補給站

情緒

1 快樂
Vui (=mừng)
優（＝猛）

2 悲傷
Bi thương
背疼

3 生氣
Giận
影

4 煩惱
Buồn phiền
崩風

5 害羞
Mắc cỡ
忙格

6 害怕
Sợ sệt
捨險

常用例句開口說

❶ 我有一個妹妹。

Tôi có một đứa em gái.
多過抹稜誒讓

❷ 我沒有表弟妹和堂弟妹。

Tôi không có em họ.
多空過誒火

❸ 我有一個妹夫。

Tôi có một người em rể.
多過抹扔誒爺

❹ 我沒有弟弟。

Tôi không có em trai.
多空過誒齋

❺ 這是我的小妹。

Đây là em út của tôi.
來喇誒歐骨多

❻ 這是我的小舅子（小姨子）。

Đây là em vợ của tôi.
來喇誒唷骨多

挑戰一下　　記憶力大考驗，動筆寫寫看！

❶ 弟媳 _____　　**❷** 表弟妹，堂弟妹 _____

❸ 妹夫 _____　　**❹** 弟弟 _____

❺ 老么 _____　　**❻** 小舅子，小姨子 _____

E

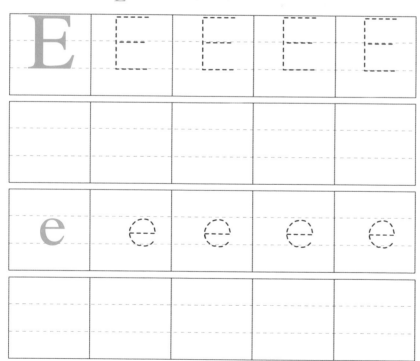

第 9 課

70

〔e〕

悅耳，動聽
Êm tai
煙呆

常用單字

1 喂（呼喚晚輩、卑輩用語）
Ê
耶

2 （生意）冷淡，滯銷
Ê業

3 喂
È
也

4 悅耳，動聽
Êm tai
煙呆

5 溫暖
Êm ám
煙暗

6 靜悄悄的
Êm ru
煙幽

7 哎呀！（驚嘆詞）
Êu!
要

8 哎喲！（驚嘆詞）
Êu ôi!
要喔

單 字 補 給 站

國家
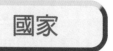

❶ 越南
Việt-Nam
影南

❷ 台灣
Đài-Loan
來鑾

❸ 美國
Mỹ
沒

❹ 日本
Nhật-Bản
影磅

❺ 法國
Pháp
法

❻ 英國
Anh
安

229

常用例句開口說

❶ 喂！要上哪兒去啊？
Ê! muốn đi đâu đó?
耶夢勒撈落

❷ 今天生意不好。
Bữa nay bán ế.
甬乃磅業

❸ 喂！去不去？
Ề! có đi không?
夜過勒空

❹ 這首歌很動聽。
Bài hát này nghe êm tai.
百航乃耶音呆

❺ 哎呀！髒死了！
Êu! bẩn quá!
要甬襪

❻ 哎喲！太可怕了！
Êu ôi! sợ quá!
要喔捨襪

挑戰一下　記憶力大考驗，動筆寫寫看！

❶（生意）冷淡 ＿＿＿＿＿＿

❷ 悦耳，動聽 ＿＿＿＿＿＿

❸ 溫暖 ＿＿＿＿＿＿

❹ 靜悄悄的 ＿＿＿＿＿＿

❺ 哎呀！＿＿＿＿＿＿

❻ 哎喲！＿＿＿＿＿＿

Ê

Ê	Ê	Ê	Ê	Ê

ê	ê	ê	ê	ê

〔ze〕

幫助，扶助
Giúp đỡ
右了

常用單字

1 見面，晤面
　　Gặp mặt
　　染茶

2 近來，最近
　　Gần đây
　　扔來

3 解渴，冷飲
　　Giải khát
　　崖抗

4 休息
　　Giải lao
　　崖撈

5 身份證
　　Giấy (=thẻ) căn cước
　　崖（＝帖）鋼更

6 文件，證件
　　Giấy tờ
　　崖的

7 休息時間
　　Giờ nghỉ
　　唷瑞

8 幫助，扶助
　　Giúp đỡ
　　右了

單字補給站

蔬菜

① 辣椒
Ớt
惡

② 蕃茄
Cà chua
軋朱

③ 玉米
Bắp
半

④ 空心菜
Rau muống
繞夢

⑤ 紅蘿蔔
Cà rốt
軋若

⑥ 高麗菜
Bắp cải
半改

常用例句開口說

❶ 今天我有看他。

Hôm nay tôi có gặp mặt anh ấy.
或乃多過染莽安艾

❷ 最近我沒有碰到他。

Gần đây tôi không gặp anh ấy.
扔賴多空染安艾

❸ 我要喝冷飲。

Tôi muốn uống đồ giải khát.
多夢翁祼崖抗

❹ 現在休息十分鐘。

Bây giờ nghỉ giải lao mười phút.
掰唷瑞崖撈蜢奉

❺ 你有帶身分證嗎？

Anh có đem giấy căn cước không?
安過練崖剛更空

❻ 請給我看你的證件。

Xin cho tôi xem giấy tờ của anh.
身捉多先崖的骨安

挑戰一下　　記憶力大考驗，動筆寫寫看！

❶ 見面，晤面 ＿＿＿＿＿＿　　**❷** 近來，最近 ＿＿＿＿＿＿

❸ 解渴，冷飲 ＿＿＿＿＿＿　　**❹** 身份證 ＿＿＿＿＿＿

❺ 文件，證件 ＿＿＿＿＿＿　　**❻** 幫助，扶助 ＿＿＿＿＿＿

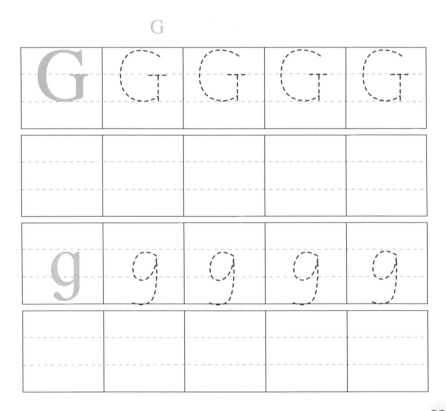

72

〔hat〕

學生

Học sinh

火身

常用單字

❶ 每日，每天，日常的
Hàng ngày
航嚷

❷ 行李
Hành lý
喊累

❸ 親戚
Họ hàng (=bà con)
何航（＝把郭）

❹ 學生

Học sinh
火身

❺ 問候
Hỏi thăm
活貪

❻ 哪一天
Hôm nào
或腦

❼ 今天
Hôm nay
或乃

❽ 昨天
Hôm qua
或蛙

236

單 字 補 給 站

水果

1 香蕉
Chuối
罪

2 西瓜
Dưa hấu
應號

3 椰子
Dừa
影

4 鳳梨
Trái thơm
在特

5 木瓜
Đu đủ
摟樓

6 蘋果
Trái táo tây (=trái bom)
在到代（＝在玻）

237

越南語 **1** 小時速成

常用例句開口說

❶ 我要去買日用品。

Tôi đi mua đồ dùng hàng ngày.
多勒母裸永航嚷

❷ 我要收拾行李。

Tôi cần thu xếp hành lý.
多梗偷謝喊累

❸ 我是留學生。

Tôi là lưu học sinh.
多喇摟火身

❹ 請代為問候。

Xin cho gởi (=gửi) lời hỏi thăm.
身捉熱（＝仍）了活貪

❺ 哪一天（＝什麼時候）你回西貢？

Hôm nào anh về Sài Gòn?
或腦安也骰若

❻ 昨天你有去玩嗎？

Hôm qua anh có đi chơi không?
或蛙安過勒這空

挑戰一下　　記憶力大考驗，動筆寫寫看！

❶ 行李 ＿＿＿＿＿＿＿　　**❷** 親戚 ＿＿＿＿＿＿＿

❸ 學生 ＿＿＿＿＿＿＿　　**❹** 問候 ＿＿＿＿＿＿＿

❺ 今天 ＿＿＿＿＿＿＿　　**❻** 昨天 ＿＿＿＿＿＿＿

H

H H H H H

h h h h h

〔i〕

安靜，寂靜
Im lặng
壹朗

常用單字

❶ 大便
　　Ỉa (=đi ỉa)
　　移（＝勒移）

❺ 住嘴！（＝住口！＝別吵！）
　　Im đi
　　因勒

❷ 拉肚子
　　Ỉa chảy
　　移宅

❻ 蓋章，蓋印
　　In dấu (=đóng dấu)
　　恩要（＝唷要）

❸ 益處，好處
　　Ích lợi (=lợi)
　　恩了（＝了）

❼ 數日，幾天
　　Ít bữa
　　恩甫

❹ 安靜，寂靜
　　Im lặng
　　因朗

❽ 不常，很少
　　Ít khi
　　恩虧

單 字 補 給 站

風味美食

❶ 麵包
Bánh mì
半美

❷ 蛋糕
Bánh bông lan (=bánh ga tô)
半崩郎（＝半讓多）

❸ 牛排
Bít tết
笨店

❹ 炸雞
Gà chiên
嚷經

❺ 米粉
Bún
蹦

❻ 米飯
Cơm
哥

241

常用例句開口說

1 我腹痛拉肚子。

Tôi đau bụng ỉa chảy.
多撈甮移宅

2 多休息對病有好處。

Nghỉ ngơi nhiều có lợi cho bệnh tình.
瑞惹有過了捉扁等

3 今天路上好安靜。

Bữa nay đường phố im lặng quá.
甮乃冷佛恩朗哇

4 請在這裡簽名蓋章。

Mời ký tên in dấu (=đóng dấu) ở đây.
麼給顛恩要（＝哢要）兒賴

5 再過幾天我要回越南了。

Ít bữa nữa tôi về Việt Nam rồi.
恩甮能多也影南若

6 最近我很少去逛街。

Gần đây tôi ít khi đi dạo phố.
扔賴多恩魁勒咬佛

挑戰一下　　記憶力大考驗，動筆寫寫看！

1 拉肚子 _____　**2** 益處，好處 _____

3 安靜，靜 _____　**4** 蓋章，蓋印 _____

5 數日，幾天 _____　**6** 不常，很少 _____

A

A	A	A	A	A

a	a	a	a	a

第 13 課

〔ka〕

冰淇淋
Kem
乾

常用單字

❶ 冰淇淋
　　Kem
　　乾

❺ 氣候
　　Khí hậu
　　麾好

❷ 試期，考期
　　Kỳ thi
　　給梯

❻ 哭
　　Khóc
　　孔

❸ 旅館，客棧
　　Khách sạn
　　看賞

❼ 難受，不舒服
　　Khó chịu
　　括九

❹ 何時
　　Khi nào
　　魁腦

❽ 不知道
　　Không biết
　　空並

單 字 補 給 站

飲料

❶ 茶
Trà (=chè)
扎（＝姐）

❷ 咖啡
Cà phê
尬非

❸ 果汁
Nước trái cây
能在該

❹ 汽水
Nước ngọt
能若

❺ 啤酒
Bia hơi
逼喝

❻ 葡萄酒
Rượu nho (=rượu vang 紅酒)
柔肴（＝柔央）

常用例句開口說

❶ 我要吃冰淇淋。

Tôi muốn ăn kem.

多夢航甘

❷ 這次考試考的如何？

Kỳ thi này thi ra sao?

給體乃體讓稍

❸ 這附近有旅館（＝客棧）嗎？

Gần đây có khách sạn không?

扔賴過看賞空

❹ 在那裡的氣候如何？

Khí hậu ở đó ra sao?

虧好兒落讓稍

❺ 請不要再哭了。

Xin đừng khóc nữa.

身冷括能

❻ 今天身體感到不舒服。

Bữa nay trong người thấy khó chịu.

甫乃中扔太括九

挑戰一下　　記憶力大考驗，動筆寫寫看！

❶ 冰淇淋 ＿＿＿＿＿＿＿＿　**❷** 旅館，客棧 ＿＿＿＿＿＿＿＿

❸ 氣候 ＿＿＿＿＿＿＿＿　**❹** 哭 ＿＿＿＿＿＿＿＿

❺ 難受，不舒服 ＿＿＿＿＿＿＿＿　**❻** 不知道 ＿＿＿＿＿＿＿＿

K

k

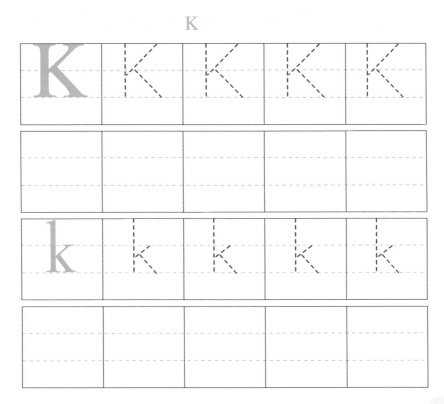

第 14 課

〔ɛlv〕

冷

Lạnh

藍

常用單字

❶ 迷途，迷路
Lạc đường
朗冷

❺ 走錯路，誤入歧途
Lầm đường
覽冷

❷ 開車
Lái xe
賴些

❻ 登山，爬山
Leo núi
聊怒

❸ 做事，辦公，工作
Làm việc
覽影

❼ 婚禮
Lễ cưới
列更

❹ 冷
Lạnh
藍

❽ 好久，很久
Lâu quá
撈蛙

單 字 補 給 站

交通工具

1 公車
Xe buýt
些賓

2 計程車
Xe tắc-xi
些當西

3 汽車
Xe hơi
些喝

4 摩托車
Xe gắn máy (=xe hon đa)
些讓賣（＝些或拉）

5 腳踏車
Xe đạp
些覽

6 船
Tàu (=Thuyền)
島（＝挺）

常用例句開口說

❶ 我迷路了。
Tôi bị lạc đường.
多北朗冷

❷ 請開車慢一點。
Xin lái xe chậm một chút.
身賴些展抹住

❸ 您在哪裡工作？
Ông làm việc ở đâu?
窩覽影兒撈

❹ 明天天氣變冷。
Ngày mai trời trở lạnh.
嚷賣者折覽

❺ 我走錯路了。
Tôi đi lầm đường.
多勒覽冷

❻ 好久不見還記得我嗎？
Lâu quá không gặp mặt còn nhớ tôi không?
撈襪空嚷滿果唷多空

挑戰一下　　記憶力大考驗，動筆寫寫看！

❶ 迷途，迷路 ＿＿＿＿＿＿　❷ 開車 ＿＿＿＿＿＿

❸ 做事，辦公 ＿＿＿＿＿＿　❹ 誤入歧途 ＿＿＿＿＿＿

❺ 登山，爬山 ＿＿＿＿＿＿　❻ 好久，很久 ＿＿＿＿＿＿

L

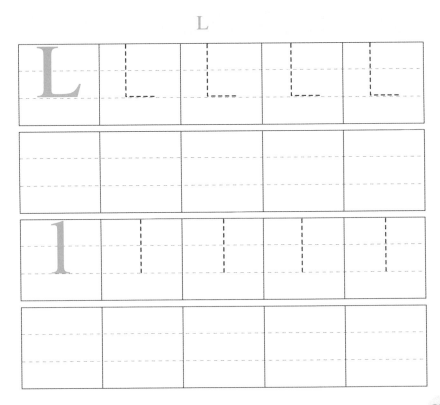

76

〔εmv〕

涼快，涼爽
Mát mẻ
忙滅

❶ 涼快，涼爽
　　Mát mẻ
　　忙滅

❷ 飛機
　　Máy bay
　　賣掰

❸ 幾歲
　　Mấy tuổi
　　賣對

❹ 幾個人
　　Mấy người
　　賣扔

❺ 免費
　　Miễn phí
　　名費

❻ 免稅
　　Miễn thuế
　　名帖

❼ 一道菜
　　Món ăn
　　末骯

❽ 季節
　　Mùa
　　母

單 字 補 給 站

逛街即景

❶ 百貨公司
Công ty bách hóa
工得半話

❷ 警察局
Đồn cảnh sát
(=Đồn công an)
裸敢上（＝裸公安）

❸ 郵局
Bưu cục
崩共

❹ 教堂
Nhà thờ
亞特

❺ 寺廟
Chùa miếu
主謬

❻ 大樓
Tòa nhà
朵亞

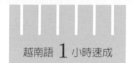

常用例句開口說

❶ 今天天氣涼。

Bữa nay trời mát mẻ.

甭乃者忙滅

❷ 飛機已經準時到達。

Máy bay đã đến đúng giờ.

賣掰郎練龍唷

❸ 妳今年幾歲？

Em năm nay mấy tuổi?

煙南乃賣對

❹ 妳家裡有多少人？

Nhà em có mấy người?

亞煙過賣扔

❺ 我再點一道菜。

Tôi kêu thêm một món ăn.

多高天麼末骯

❻ 一年有四季分為春、夏、秋、冬。

Một năm có bốn mùa: Xuân, Hạ, Thu, Đông.

抹南過玻母：松、哈、偷、龍

挑戰一下　記憶力大考驗，動筆寫寫看！

❶ 飛機 ＿＿＿＿＿＿＿＿　**❷** 幾歲 ＿＿＿＿＿＿＿＿

❸ 免費 ＿＿＿＿＿＿＿＿　**❹** 免稅 ＿＿＿＿＿＿＿＿

❺ 一道菜 ＿＿＿＿＿＿＿　**❻** 季節 ＿＿＿＿＿＿＿＿

M

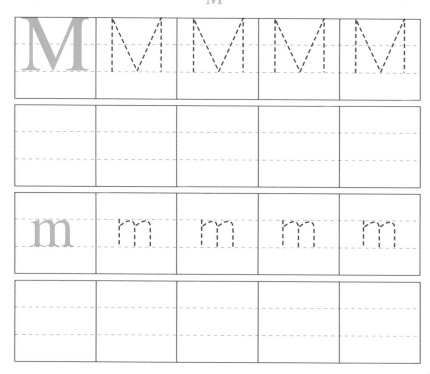

〔ɛnv〕

新年
Năm mới
南末

常用單字

❶ 新年
　　Năm mới
　　南末

❷ 熱水
　　Nước nóng
　　能弄

❸ 明天
　　Ngày mai
　　嚷賣

❹ 郊外，市郊
　　Ngoai ô
　　軟喔

❺ 聽音樂
　　Nghe nhạc
　　耶氧

❻ 職業，行業
　　Nghề nghiệp
　　也影

❼ 放暑假
　　Nghỉ hè
　　瑞恆

❽ 想家
　　Nhớ nhà
　　宵亞

單字補給站

運動休閒

❶ 游泳
Bơi
玻

❷ 慢跑
Chạy chậm
窄展

❸ 籃球
Bóng rổ
崩若

❹ 棒球
Bóng chày
崩窄

❺ 高爾夫球
Gôn
容

❻ 爬山
Leo núi
聊内

常用例句開口說

❶ 祝新年快樂。

Chúc mừng năm mới.
祝蜢南末

❷ 明天想去哪裡玩？

Ngày mai muốn đi đâu chơi?
嚷賣夢勒撈這

❸ 明天想去郊外。

Ngày mai tôi muốn ra ngoại ô.
嚷賣多夢呀軟喔

❹ 您的職業是什麼？

Nghề nghiệp của ông là gì?
也影骨喔朗以

❺ 放暑假我要回越南。

Nghỉ hè tôi muốn về Việt Nam.
瑞和多夢也影南

❻ 我好想家。

Tôi rất nhớ nhà.
多仍唷亞

挑戰一下　　記憶力大考驗，動筆寫寫看！

❶ 新年 _____　　**❷** 熱水 _____

❸ 明天 _____　　**❹** 郊外，市郊 _____

❺ 放暑假 _____　　**❻** 想家 _____

N

N	N	N	N	N

n	n	n	n	n

78

〔ɔ〕

頭腦
Đầu óc
老喔

常用單字

① 埋怨
Oán trách
王站

② 頭腦
Đầu óc
老喔

③ 豆花；豆腐腦
Óc đậu
喔老

④ 吐奶
Ọc sữa
哦繩

⑤ 天氣悶
Trời oi
者喔

⑥ 吵鬧，喧嘩，嚷嚷
Om sòm
窩碩

⑦ 蜜蜂
Ong
嗡

⑧ 蜂王
Ong chúa
嗡住

單 字 補 給 站

嗜好娛樂

① 看電影
Coi phim
郭分

② 看書
Coi sách
郭善

③ 跳舞
Khiêu vũ
摳由

④ 唱歌
Ca hát
軋航

⑤ 釣魚
Câu cá
高尬

⑥ 彈鋼琴
Đàn dương cầm
朗應敢

261

常用例句開口說

1 不要埋怨別人。
Chớ oán trách người ta.
這汪占扔搭

2 他的頭腦很好。
Đầu óc của anh ấy tốt lắm.
老喔骨安愛惰爛

3 我喜歡吃豆花。
Tôi thích ăn óc đậu.
多疼骯喔老

4 小孩又吐奶了。
Thằng bé ọc sữa nữa rồi.
躺別歐繩能若

5 今天下午天氣很悶。
Chiều hôm nay trời oi lắm.
久或乃者哦爛

6 請不要吵鬧。
Xin đừng la om sòm.
身冷拉喔所

挑戰一下　記憶力大考驗，動筆寫寫看！

1 埋怨 ＿＿＿＿＿＿＿　**2** 頭腦 ＿＿＿＿＿＿＿

3 天氣悶 ＿＿＿＿＿＿　**4** 吵鬧，喧嘩 ＿＿＿＿＿

5 蜜蜂 ＿＿＿＿＿＿＿　**6** 蜂王 ＿＿＿＿＿＿＿

O

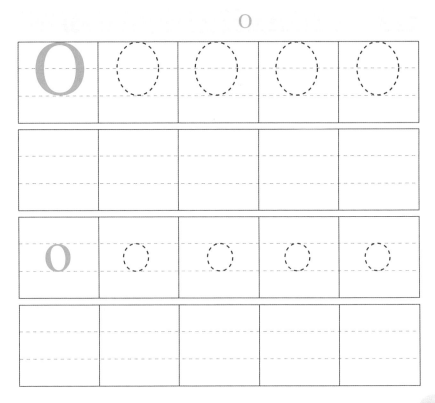

第 18 課

Ô ô

〔o〕

79

先生
Ông
喔

常用單字

❶ 海螺
Ốc biển
歐冰

❷ 蝸牛
Ốc sên
歐先

❸ 擁抱
Ôm nhau
窩要

❹ 先生，您
Ông
喔

❺ 老闆，主人
Ông chủ
喔竹

❻ 爺爺
Ông nội
喔挪

❼ 外公
Ông ngoại
喔軟

❽ 他，那位先生(第三人稱代詞，對中年男子的尊稱)
Ổng (=Ông ấy)
翁 (＝翁愛)

264

單 字 補 給 站

服裝

1 襯衫
Áo sơ-mi
奧奢妹

2 裙子
Đầm
覽

3 褲子
Quần
吻

4 外套
Áo khoác
奧況

5 西裝
Áo vét-tông (veston)
奧驗冬

6 泳衣
Áo tắm (=áo bơi)
奧旦（＝奧玻）

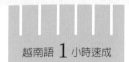
常用例句開口說

1 你喜歡吃海螺嗎？

Anh thích ăn ốc biển không?

安疼骯歐冰空

2 不，我喜歡吃蝸牛。

Không, tôi thích ăn ốc sên.

空多疼骯歐先

3 您要找誰？

Ông muốn kiếm ai?

喔夢跟挨

4 我要找這裡的老闆。

Tôi muốn kiếm ông chủ ở đây.

多夢跟喔竹兒賴

5 他是我的外公。

Ông ấy là ông ngoại của tôi.

喔艾喇喔軟骨多

6 他不在家有什麼事嗎？

Ổng đi vắng có chuyện gì không?

翁勒樣過景以空

挑戰一下　記憶力大考驗，動筆寫寫看！

1 海螺 _____　　**2** 蝸牛 _____

3 先生，您 _____　　**4** 老闆，主人 _____

5 爺爺 _____　　**6** 外公 _____

Ô

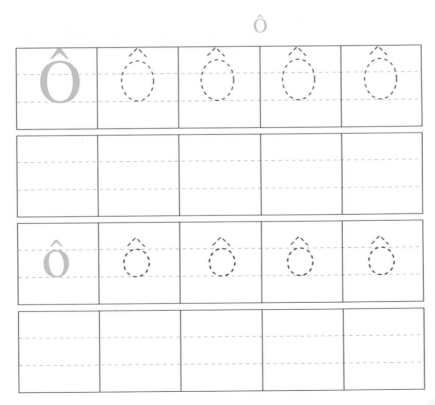

〔ʌ〕

辣椒
Ớt
惡

常用單字

❶ 在那邊
Ở bên đó
兒邊落

❺ 住在鄉下
Ở nhà quê
兒亞威

❷ 在這裡（邊）
Ở bên này
兒邊乃

❻ 住在城市
Ở thành phố
兒坦父

❸ 在哪裡？
Ở đâu?
兒撈

❼ 小辣椒
Ớt hiểm
惡橫

❹ 在這裡
Ở đây
兒賴

❽ 青椒
Ớt tây
惡呆

單 字 補 給 站

配件

❶ 皮包
Giỏ da
唷呀

❷ 皮帶
Dây nịt
崖嫩

❸ 帽子
Nón
諾

❹ 皮鞋
Giày (=giầy) da
崖（＝崖）呀

❺ 高跟鞋
Giày (=giầy) cao gót
崖（＝崖）高若

❻ 襪子
Vớ
唷

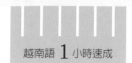
常用例句開口說

❶ 你在那邊好嗎？

Anh ở bên đó có khỏe không?

安兒邊落過魁空

❷ 我在這邊很好。

Tôi ở bên này rất khỏe.

多兒邊乃仍魁

❸ 你在哪裡？

Anh ở đâu?

安兒撈

❹ 我在這裡。

Tôi ở đây.

多兒賴

❺ 我住在鄉下。

Tôi ở nhà quê.

多兒亞威

❻ 你住在城市。

Anh ở thành phố.

安兒坦父

挑戰一下　　記憶力大考驗，動筆寫寫看！

❶ 在那邊 ＿＿＿＿＿＿＿　**❷** 在這邊 ＿＿＿＿＿＿＿

❸ 在哪裡？ ＿＿＿＿＿＿＿　**❹** 在這裡 ＿＿＿＿＿＿＿

❺ 小辣椒 ＿＿＿＿＿＿＿　**❻** 青椒 ＿＿＿＿＿＿＿

ơ

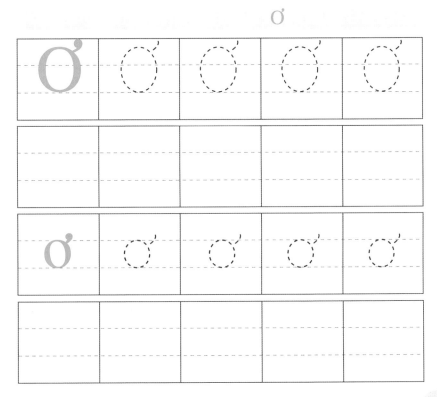

〔pe〕

渡船
Phà
法

❶ 泡茶
Pha trà (=pha chè)
發眨（＝發姐）

❷ 泡咖啡
Pha cà phê
發軋非

❸ 鞭炮，爆竹
Pháo
風

❹ 煙火，花炮
Pháo bông (=pháo hoa)
風崩（＝風花）

❺ （電影）片子
Phim
分

❻ 卡通片，動畫（影）片
Phim hoạt họa
分蛙莘

❼ 雞絲湯河粉
Phở gà
佛壤

❽ 生牛肉河粉
Phở tái
佛代

單 字 補 給 站

飾品

❶ 戒指
Cà-rá (=chiếc nhẫn)
尬讓（＝敬營）

❷ 項鍊
Dây chuyền
崖景

❸ 耳環
Bông tai
崩呆

❹ 手鐲
Vòng tay
永呆

❺ 手錶
Đồng hồ đeo tay
隴火聊呆

❻ 髮夾
Cây kẹp tóc
該給動

常用例句開口說

❶ 幫我泡一壺茶。
Pha giùm tôi một bình trà.
發永多抹本貶

❷ 幫我泡一杯咖啡。
Pha giùm tôi một ly cà phê.
發永多抹累軋非

❸ 我喜歡放鞭炮。
Tôi thích đốt pháo.
多疼落風

❹ 我喜歡看放煙火。
Tôi thích coi đốt pháo bông.
多疼郭落風崩

❺ 給我一碗雞絲湯河粉。
Cho tôi một tô phở gà.
捉多抹都佛壞

❻ 我喜歡吃生牛肉河粉。
Tôi thích ăn phở tái.
多疼骯佛代

挑戰一下 記憶力大考驗，動筆寫寫看！

❶ 泡茶 ____________ ❷ 鞭炮，爆竹 ____________

❸ 煙火，花炮 ____________ ❹ （電影）片子 ____________

❺ 雞絲湯河粉 ____________ ❻ 生牛肉河粉 ____________

P

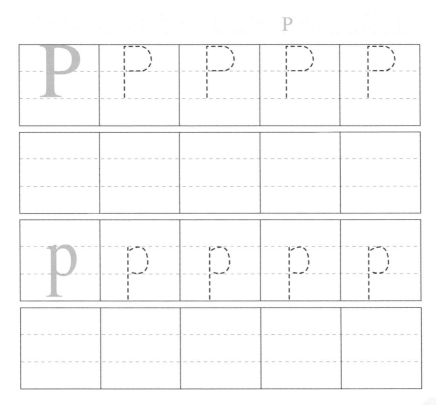

82

〔ku〕

關心，關懷，關切
Quan tâm
汪單

常用單字

❶ 禮物，贈品
Quà biếu (=quà tặng)
瓦標，瓦檔

❺ 小客棧，小旅店
Quán trọ
忘左

❷ 關心，關懷，關切
Quan tâm
汪單

❻ 電扇，電風扇
Quạt máy
往賣

❸ 小吃店
Quán ăn
忘骯

❼ 吊扇
Quạt trần
往整

❹ 小飯館
Quán cơm
忘哥

❽ 短褲
Quần cut (=quần cộc)
吻共（＝吻果）

單字補給站

家具

1 桌子
Bàn
榜

2 椅子
Ghế
業

3 沙發
Sa-lông
沙龍

4 床
Giường
影（＝引）

5 衣櫃
Tủ áo
兜奧

6 燈
Đèn
雨

常用例句開口說

❶ 他很關心我。

Anh ấy quan tâm tôi lắm.
安艾汪單多爛

❷ 我要找小吃店。

Tôi muốn kiếm quán ăn.
多夢跟忘骯

❸ 我要去小飯館吃午餐。

Tôi muốn đi quán cơm ăn trưa.
多夢勒忘哥骯之

❹ 今晚我要住小旅店。

Tối nay tôi muốn ở quán trọ.
惰乃多夢兒忘左

❺ 這個吊扇很漂亮。

Cây quạt trần này đẹp quá.
該往整乃臉襪

❻ 好熱我要穿短褲。

Nóng quá tôi muốn bận quần cụt.
弄襪多夢崩吻共

挑戰一下　　記憶力大考驗，動筆寫寫看！

❶ 關心，關懷 ＿＿＿＿＿＿＿　**❷** 小吃店 ＿＿＿＿＿＿＿

❸ 小飯館 ＿＿＿＿＿＿＿　**❹** 小客棧，小旅店 ＿＿＿＿＿

❺ 電扇，電風扇 ＿＿＿＿＿　**❻** 吊扇 ＿＿＿＿＿＿＿

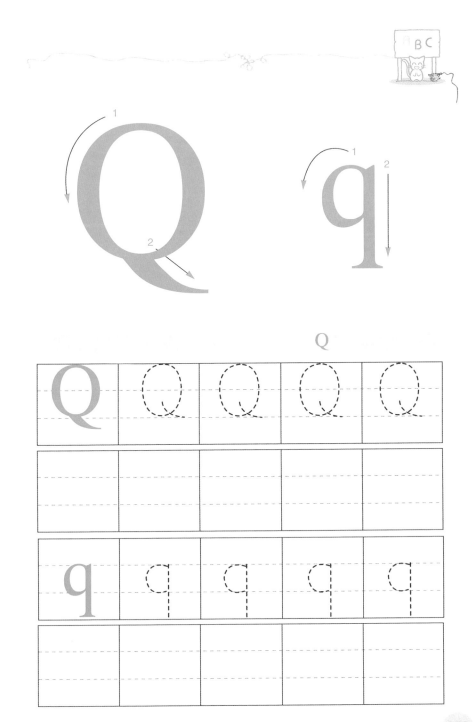

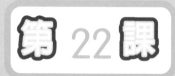

83

〔ɛrv〕

戲院，劇院
Rạp hát
嚷航

常用單字

1 電影院
　Rạp chiếu bóng
　嚷就崩

2 戲院，劇院
　Rạp hát
　嚷航

3 九層塔，羅勒
Rau é(=rau húng quế)
　繞誒（＝繞闊月）

4 空心菜，蕹菜
　Rau muống
　繞夢

5 洗臉
　Rửa mặt
　仍莽

6 洗手
　Rửa tay
　仍呆

7 香檳酒
　Rượu sâm-banh
　肉山班

8 紅酒，葡萄酒
Rượu vang (=rượu nho)
　肉央（＝肉喲）

單 字 補 給 站

餐具

❶ 碗
Chén (=bát)
降（＝棒）

❷ 筷子
Đũa
盧

❸ 湯匙
Muỗng
蒙

❹ 叉子
Nĩa
尼

❺ 杯子
Ly
勒

❻ 盤子
Dĩa (=đĩa)
怡（＝離）

常用例句開口說

1 哪裡有電影院？

Ở đâu có rạp chiếu bóng?

兒撈過嚷就崩

2 這附近有戲院嗎？

Gần đây có rạp hát không?

扔賴過嚷航空

3 我喜歡吃燙空心菜。

Tôi thích ăn rau muống luộc.

多疼骯繞夢隴

4 我要洗臉。

Tôi muốn rửa mặt.

多夢仍莽

5 我要洗手。

Tôi muốn rửa tay.

多夢仍呆

6 我喜歡喝香檳酒。

Tôi thích uống rượu sâm-banh.

多疼翁肉山班

挑戰一下 記憶力大考驗，動筆寫寫看！

1 電影院 ＿＿＿＿＿＿＿ **2** 戲院，劇院 ＿＿＿＿＿＿＿

3 九層塔，羅勒 ＿＿＿＿＿ **4** 空心菜，蕹菜 ＿＿＿＿＿

5 洗手 ＿＿＿＿＿＿＿＿＿ **6** 香檳酒 ＿＿＿＿＿＿＿

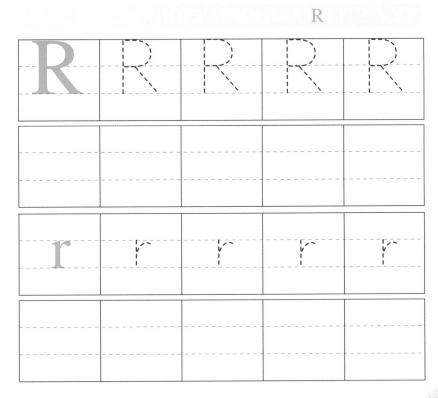

第 23 課

〔ɛtsv〕

機場
Sân bay
生掰

常用單字

❶ 過戶
Sang tên
商店

❷ 照顧，照料，關照
Săn sóc
商朔

❸ 預備，準備
Sắp sửa
善十

❹ 機場
Sân bay
生掰

❺ 陽台
Sân gác
生讓

❻ 生日
Sinh nhật (=ngày sinh)
身影（＝嚷身）

❼ 門牌（號碼）
Số nhà
朔亞

❽ 霧
Sương mù
生某

單字補給站

電器用品

① 電視
Vô tuyến (=ti vi)
唷定（＝低衣）

② 冰箱
Tủ lạnh
斗覽

③ 電腦
Vi tính
衣鄧

④ 洗衣機
Máy giặt đồ
賣養裸

⑤ 電話
Điện thoại
領妥

⑥ 收音機
Máy thu thanh (= ra-đi-ô)
賣偷灘（＝瑞 - 勒 - 喔）

常用例句開口說

❶ 這房子何時才能過戶？

Căn nhà này bao giờ mới được sang tên?

剛亞乃包嘹末冷商顛

❷ 謝謝你的照顧。

Cám ơn anh săn sóc.

敢恩安商朔

❸ 準備好行李上車。

Sắp sửa hành lý để lên xe.

善十喊累列練些

❹ 我要去機場。

Tôi muốn đi sân bay.

多夢勒生掰

❺ 我去陽台曬衣服。

Tôi ra sân gác phơi quần áo.

多呀生讓佛吻奧

❻ 這門牌號碼在哪裡？

Số nhà này ở đâu?

朔亞乃兒撈

挑戰一下　　記憶力大考驗，動筆寫寫看！

❶ 過戶 ＿＿＿＿＿＿＿　　**❷** 預備，準備 ＿＿＿＿＿＿＿

❸ 機場 ＿＿＿＿＿＿＿　　**❹** 陽台 ＿＿＿＿＿＿＿

❺ 生日 ＿＿＿＿＿＿＿　　**❻** 門牌（號碼）＿＿＿＿＿＿＿

S s

s

S	S	S	S	S

s	s	s	s	s

〔te〕

洗澡，沐浴
Tắm
但

常用單字

❶ 手
　　Tay
　　呆

❷ 耳朵
　　Tai
　　呆

❸ 計程車
　　Tắc-xi
　　當西

❹ 洗澡，沐浴
　　Tắm
　　但

❺ 淋浴
　　Tắm hoa sen
　　但花香

❻ 時間
　　Thì giờ
　　體唷

❼ 五花肉
　　Thịt ba chỉ
　　騰八及

❽ 火腿
　　Thịt dăm-bông
　　騰煙崩

單 字 補 給 站

文具用品

❶ 鋼筆
Bút máy (=viết máy)
蹦賣（＝應賣）

❷ 原子筆
Bút bi
蹦杯

❸ 鉛筆
Bút chì (=viết chì)
蹦幾（＝應幾）

❹ 筆記本
Sổ ghi chép
所一見

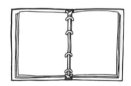

❺ 釘書機
Máy đóng sách
賣龍善

❻ 計算機
Máy tính
賣鄧

常用例句開口說

❶ 我要叫計程車。

Tôi muốn kêu tắc-xi.

多夢高當西

❷ 我要洗澡。

Tôi muốn tắm.

多夢但

❸ 我喜歡淋浴。

Tôi thích tắm hoa sen.

多騰但花香

❹ 現在還有充裕時間。

Bây giờ còn nhiều thì giờ.

掰唭果有特唭

❺ 我喜歡吃五花肉。

Tôi thích ăn thịt ba chỉ.

多騰骯疼八己

❻ 我喜歡吃火腿。

Tôi thích ăn thịt dăm-bông.

多騰骯疼煙崩

挑戰一下　記憶力大考驗，動筆寫寫看！

❶ 手 _____　**❷** 耳朵 _____

❸ 洗澡，沐浴 _____　**❹** 淋浴 _____

❺ 五花肉 _____　**❻** 火腿 _____

T

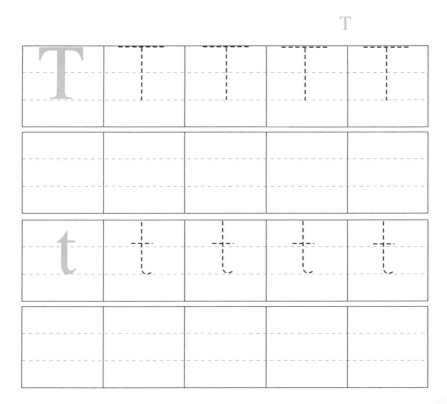

〔u〕

喝水

Uống nước

翁能

常用單字

1 燙衣服
Ủi quần áo
無吻奧

5 服藥，吃藥
Uống thuốc
翁痛

2 燙頭髮
Uốn tóc
翁動

6 飲酒
Uống rượu
翁肉

3 喝湯
Uống canh
翁甘

7 癌症
Ung thư
翁疼

4 喝白開水
Uống nước trắng
翁能丈

8 支持，擁護
Ủng hộ
翁火

單字補給站

動物

❶ 牛
Con bò（黃牛）, Con trâu（水牛）
郭跛（黃牛）；郭招（水牛）

❷ 馬
Con ngựa
郭扔

❸ 羊
Con dê
郭耶

❹ 貓
Con mèo
郭秒

❺ 狗
Con chó
郭坐

❻ 鳥
Con chim
郭金

常用例句開口說

1 我要燙衣服。

Tôi muốn ủi quần áo.

多夢爲吻奧

2 我要去燙頭髮。

Tôi muốn đi uốn tóc.

多夢勒翁惰

3 我喜歡喝湯。

Tôi thích uống canh.

多疼翁甘

4 我喜歡喝白開水。

Tôi thích uống nước trắng.

多疼翁能丈

5 我很怕吃藥。

Tôi rất sợ uống thuốc.

多仍捨翁痛

6 我不喜歡喝酒。

Tôi không thích uống rượu.

多空疼翁肉

挑戰一下　記憶力大考驗，動筆寫寫看！

1 燙衣服 _____

2 燙頭髮 _____

3 喝白開水 _____

4 服藥，吃藥 _____

5 飲酒 _____

6 支持，擁護 _____

U u

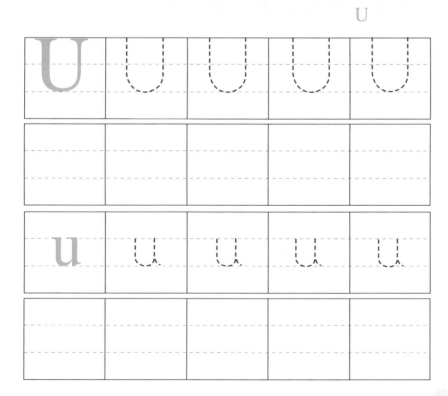

87

〔w〕

喜愛，愛好，嗜好
Ưa
恩

❶ 喜愛，愛好，嗜好
Ưa
恩

❺ 同意，答應
Ưng thuận
恩疼

❷ 不喜歡，不歡迎
Không ưa
空恩

❻ 盼望，渴望
Ước
摁

❸ 奉承，拍馬屁
Ưa ninh
恩嫩

❼ 願望
Ước nguyện (=nguyện ước)
摁忍（＝忍摁）

❹ 同意，應允
Ưng
恩

❽ 優先
Ưu tiên
歐丁

單 字 補 給 站

天氣

① 炎熱
Nóng nực
弄能

② 下雨
Trời mưa
者蒙

③ 颱風
Bão
保

④ 寒冷
Lạnh
覽

⑤ 涼爽
Mát mẻ
忙滅

⑥ 打雷
Có sấm
過善

297

常用例句開口說

❶ 我喜歡看雜誌。

Tôi ưa xem (=coi) tạp chí.

多恩先（＝郭）膽計

❷ 她不喜歡熬夜。

Chị ấy không ưa thức đêm.

己愛空恩疼連

❸ 她很會拍馬屁（＝奉承）。

Chị ấy hay ưa nịnh bợ.

己愛害恩嫩跛

❹ 我不答應。

Tôi không ưng.

多空恩

❺ 她已經答應要簽字了。

Chị ấy đã ưng thuận ký giấy rồi.

己愛剌恩筒給崖若

❻ 多盼望可以去環遊世界。

Ước gì được đi du lịch thế giới.

恩以冷勒幽凜帖唷

挑戰一下　　記憶力大考驗，動筆寫寫看！

❶ 喜愛，嗜好 ＿＿＿＿＿＿＿＿　　**❷** 不喜歡，不歡迎 ＿＿＿＿＿＿＿＿

❸ 同意，應允 ＿＿＿＿＿＿＿＿　　**❹** 同意，答應 ＿＿＿＿＿＿＿＿

❺ 盼望，渴望 ＿＿＿＿＿＿＿＿　　**❻** 優先 ＿＿＿＿＿＿＿＿

Ư

ư

Ư	Ư	Ư	Ư	Ư

ư	ư	ư	ư	ư

88

〔ve〕

燒鴨，烤鴨
Vịt quay
引歪

常用單字

❶ 未婚夫
　　Vị hôn phu
　　乙烘否

❷ 未婚妻
　　Vị hôn thê
　　乙烘貼

❸ 燒鴨，烤鴨
　　Vịt quay
　　引歪

❹ 大象
　　Voi
　　唷

❺ 妻子，老婆
　　Vợ
　　也

❻ 快樂，歡樂
　　Vui (=mừng)
　　威（＝猛）

❼ 動物園
　Vườn bách thú (=sở thú)
　影半透（＝捨透）

❽ 果園
　　Vườn cây
　　影該

單字補給站

問候用語

① 早安
Chào buổi sáng
早不上

② 午安
Chào buổi chiều
早不久

③ 晚安
Chào buổi tối
早不惰

④ 您好！
Chào Ông!
早喔

⑤ 您好嗎？
Ông có khỏe không?
喔過魁空

⑥ 再見
Tạm biệt
單丙

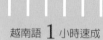

常用例句開口說

1 這位是我的未婚夫。

Đây là vị hôn phu của tôi.

賴喇乙烘否骨多

2 這位是我的未婚妻。

Đây là vị hôn thê của tôi.

賴喇乙烘貼骨多

3 我喜歡吃燒鴨。

Tôi thích ăn Vịt quay.

多疼骯引歪

4 這隻大象好老。

Con Voi này già quá.

郭唷乃亞襪

5 這位是我的太太。

Đây là vợ của tôi.

賴喇唷骨多

6 今晚去玩我好快樂。

Tối nay đi chơi tôi vui (=mừng) quá.

惰耐勒遮多優（＝猛）襪

挑戰一下　　記憶力大考驗，動筆寫寫看！

1 未婚夫 ＿＿＿＿＿　**2** 未婚妻 ＿＿＿＿＿

3 燒鴨，烤鴨 ＿＿＿＿＿　**4** 大象 ＿＿＿＿＿

5 妻子，老婆 ＿＿＿＿＿　**6** 動物園 ＿＿＿＿＿

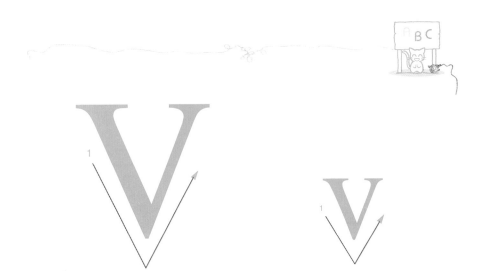

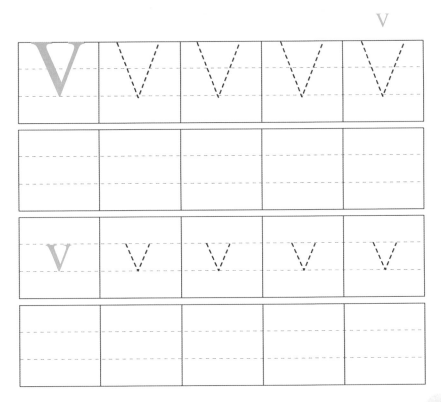

〔iksi〕

炒菜
Xào rau
少繞

常用單字

❶ 綠色
Xanh lá cây
山臘該

❷ 炒菜
Xào rau
少繞

❸ 汽油
Xăng
商

❹ 三輪車
Xích-lô
慎囉

❺ 機動三輪車
Xích-lô máy
慎囉賣

❻ 請問，借問
Xin hỏi
身何

❼ 請原諒，請寬恕
Xin tha lỗi
身它羅

❽ 穿耳洞
Xỏ lỗ tai
說羅呆

單 字 補 給 站

禮貌用語

1 謝謝
Cám ơn
乾惡

2 對不起
Xin lỗi
身羅

3 沒關係
Không có chi
空過基

4 請問
Xin hỏi
身何

5 請稍候
Xin chờ một lát
身者麼浪

6 請慢用
Mời dùng
抹永

常用例句開口說

❶ 我喜歡那件綠色格子上衣。

Tôi thích áo ca rô xanh lá cây kia.

多疼奧尬若山臘該給

❷ 我要騎機車去加油。

Tôi muốn chạy hon đa đi đổ xăng.

多夢覽烘拉勒羅商

❸ 我不喜歡坐三輪車。

Tôi không thích ngồi xe xích-lô.

多空疼若些慎囉

❹ 我喜歡坐機動三輪車。

Tôi thích ngồi xe xích-lô máy.

多疼若些慎囉賣

❺ 請問哪裡有理髮廳？

Xin hỏi ở đâu có tiệm hớt tóc?

身何兒撈過頂賀惰

❻ 請您原諒。

Xin ông tha lỗi cho.

身喔它羅捉

挑戰一下   記憶力大考驗，動筆寫寫看！

❶ 汽油 _____

❷ 三輪車 _____

❸ 機動三輪車 _____

❹ 請問，借問 _____

❺ 請原諒 _____

❻ 穿耳洞 _____

X

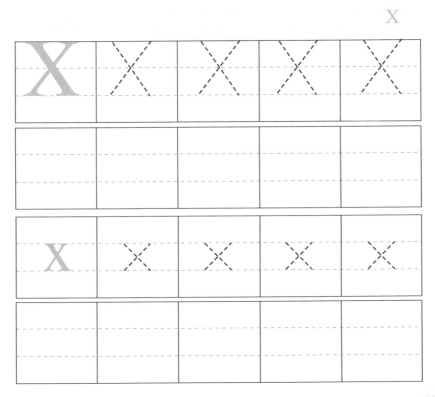

〔izai〕
〔ikvrɛt〕

衣服
Y phục (=quần áo)
一府（＝吻奧）

❶ 衣服
　Y phục (=quần áo)
　　一府（＝吻奧）

❷ 醫師，醫生
　Y sĩ (=bác sĩ)
　　一習（＝棒習）

❸ 護士
　　Y tá
　　一大

❹ 醫務所，衛生所
　　Y tế
　　一跌

❺ 意見
　　Ý kiến
　　意更

❻ 安康，安好
　　Yên lành
　　因覽

❼ 相愛
　　Yêu nhau
　　優要

❽ 要求
　　Yêu cầu
　　優稿

單字補給站

時間

① 白天
Ban ngày
幫嚷

② 晚上
Ban đêm (=buổi tối)
幫練（＝不惰）

③ 早上
Buổi sáng
不上

④ 中午
Buổi trưa
不之

⑤ 下午
Buổi chiều
不久

⑥ 季節
Mùa
母

常用例句開口說

❶ 這衣服是誰的？

Y phục (=quần áo) này của ai?

一府（＝吻奧）乃骨哀

❷ 他是醫生。

Ông ấy là y sĩ (=bác sĩ).

喔艾喇一習（＝棒習）

❸ 她是護士。

Cô ấy là y tá.

郭艾喇一大

❹ 那裡有醫務所（＝衛生所）。

Ở đâu có trạm y tế.

兒撈過展一跌

❺ 還有沒有意見？

Còn ý kiến gì không?

果一更以空

❻ 一切都很好（＝平安無事）。

Mọi việc đều yên lành.

抹以柳因覽

挑戰一下　　記憶力大考驗，動筆寫寫看！

❶ 衣服 ＿＿＿＿＿＿＿＿＿　　**❷** 醫師，醫生 ＿＿＿＿＿＿＿

❸ 護士 ＿＿＿＿＿＿＿＿＿　　**❹** 意見 ＿＿＿＿＿＿＿＿＿

❺ 相愛 ＿＿＿＿＿＿＿＿＿　　**❻** 要求 ＿＿＿＿＿＿＿＿＿

Y

Y	Y	Y	Y	Y

y	y	y	y	y

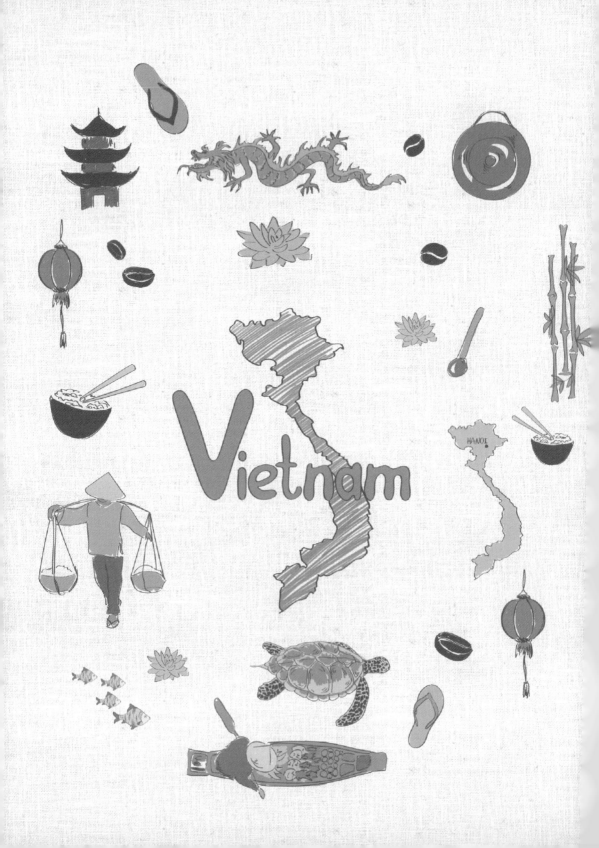

Part 4

•

越南語即學即用

（1）打招呼

Chào hỏi
早和

91

您好！	**Chào Anh!** 早安
大家好	**Xin chào quí vị** 伸早威乙
您好嗎？	**Anh có khỏe không?** 安各虧空
還好	**Cũng được** 共冷
早安	**Chào buổi sáng** 早不上
午安	**Chào buổi chiều** 早不九

晚安	Chào buổi tối
	早不惰

再見	Tạm biệt
	單丙

明天見	Ngày mai gặp
	嚷賣惹

你的身體好嗎？	Anh có mạnh khỏe không?
	安過滿虧空

謝謝，我很好	Cảm ơn, Tôi rất khỏe
	敢俄多仍魁

好久沒看見你	Lâu quá không thấy anh
	老襪空太安

你吃飽了沒？

Anh ăn no chưa?

安骯呢資

我吃飽了

Tôi ăn no rồi

多骯呢惹

你最近工作忙嗎？

Gần đây công việc của
anh có bận không?

忍賴公應骨安過甫空

我最近很忙

Gần đây tôi bận lắm

忍賴多甫浪

我不太忙

Tôi không bận lắm

多空崩覽

你要去哪裡？

Anh muốn đi đâu?

安夢勒撈

你從哪裡來？

Anh từ đâu đến?

安等撈練

你什麼時候回來？

Chừng nào anh mới về đây?

整腦安麼也來

有人在家嗎？

Có người ở nhà không?

過扔兒亞空

你要找誰？

Anh muốn kiếm ai?

安夢跟挨

你是哪位？

Anh là ai?

安喇挨

你是哪國人？

Anh là người nước nào?

安喇扔濘腦

請問你貴姓大名？	Xin hỏi quí danh?
	申何爲煙
你在哪裡工作？	Anh làm việc ở đâu?
	安覽影兒撈
你會說英語嗎？	Anh biết nói tiếng Anh không?
	安並諾訂安空
你會說中文嗎？	Anh biết nói tiếng Hoa không?
	安背諾訂華空
我還有事，要先走了	Tôi còn việc, phải đi ngay
	多葛引肥勒讓

 跟著 MP3 多聽多學，學習效果超強！

92

（2）禮貌用語
Từ ngữ lễ phép
等仍列法

請	Mời
	麼

謝謝	Cảm ơn
	甘恩

對不起	Xin lỗi
	申羅

請問	Xin hỏi
	申和

請慢走	Anh đi nhé
	安勒業

請慢用	Mời dùng
	麼永

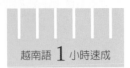
有事嗎？

Có chuyện gì không?

過景以空

沒問題

Không thành vấn đề

空坦應咧

請稍候

Xin đợi một chút

伸了抹住

打擾一下

Làm phiền một chút

覽風抹住

不客氣

Đừng khách sáo
(=không có chi)

冷看少（＝空過機）

沒關係

Không sao (=không can
gì=không hề gì)

空稍（＝空剛乙＝空河乙）

不好意思	Xin lỗi
	申羅

麻煩你了	Cảm phiền anh nha
	感風安呀

拜託你了	Nhờ anh nha
	惹安呀

歡迎光臨	Hoan nghênh
	荒然

借過	Cho qua
	捉蛙

請幫幫忙	Xin giúp giùm
	申用永

| 這是我的榮幸 | Đây là vinh hạnh của tôi |
| | 賴喇因喊骨多 |

| 乾杯 | Cạn chén (cạn ly) |
| | 港降（＝港勒） |

 超簡單的內容，越南文很 Easy，學習好 Happy！

越南一點通

地理環境與氣候

　　越南是一個地形狹長的國家，位於中南半島的東側，境內有三分之一屬於山區，依其地形主要可分為三個部分，北部是紅河三角洲，中部是高原，南部則是著名的湄公河三角洲。

　　越南氣候屬於熱帶季風型氣候，南部終年溫暖，湄公河三角洲是著名的物產豐富之地，盛產稻米。北部則四季分明，氣候和台灣南部相仿，七月至十月間也有颱風和水災。

（3）表達問候
Biểu đạt hỏi thăm
表朗何貪

93

阮先生，您好！	Anh Nguyễn，chào anh! 安營早安
請向阮太太問好	Xin cho hỏi thăm chị Nguyễn 申捉何貪己營
請向你全家問好	Xin cho hỏi thăm cả nhà 申捉何貪軋亞
請向阮爺爺問好	Xin cho hỏi thăm ông nội 申捉何貪喔挪
有空請來我家玩	Rảnh rỗi đến nhà chơi 然弱練亞這
有空來坐	Rảnh rỗi đến chơi 然弱練這

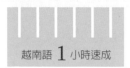
需要幫忙嗎？

Có cần giúp giùm không?

過更用永空

不用了，謝謝你

Được rồi, cảm ơn anh

冷惹甘恩安

我自己來就好，謝謝

Để tôi được rồi, cảm ơn

列多冷惹甘恩

請保重

Xin bảo trọng

申保重

 配合 MP3 活學活用，發揮強大的學習效果！

（4）稱謂用語

Từ ngữ xưng hô

等仍生或

94

先生	Ông (anh)
	翁（＝安）

小姐	Cô (chị)
	郭（＝幾）

太太	Bà
	把

丈夫	Chồng (ông xã)
	總（＝翁沙）

妻子	Vợ (bà xã)
	唷（＝把沙）

爸爸	Ba (=bố =cha)
	巴（＝播＝家）

媽媽　　　　　　　　Má（=mẹ）

罵（滅）

爺爺　　　　　　　　Ông nội

喔挪

奶奶　　　　　　　　Bà nội

把挪

外公　　　　　　　　Ông ngoại

喔軟

外婆　　　　　　　　Bà ngoại

把軟

哥哥　　　　　　　　Anh trai (= anh giai)

安齋（＝安崖）

| 姐姐 | Chị gái |
| | 幾讓 |

| 弟弟 | Em trai (=em giai) |
| | 誒齋（＝誒崖） |

| 妹妹 | Em gái |
| | 誒讓 |

| 嫂嫂 | Chị dâu |
| | 幾邀 |

| 叔叔 | Chú |
| | 晝 |

| 嬸嬸 | Thím |
| | 聽 |

| 伯父 | Bác trai (=bác giai) |
| | 棒齋（＝棒崖） |

| 伯母 | Bác gái |
| | 棒讓 |

| 舅舅 | Cậu |
| | 稿 |

| 舅母 | Mợ |
| | 模 |

| 阿姨 | Dì |
| | 已 |

| 姨丈 | Dượng |
| | 穎 |

| 兒子 | Con trai (= con giai) |
| | 郭齋（＝郭崖） |

| 女兒 | Con gái |
| | 郭讓 |

| 孫子 | Cháu nội trai (=cháu nội giai) |
| | 兆挪齋（＝兆挪崖） |

| 孫女 | Cháu nội gái |
| | 兆挪讓 |

| 外孫 | Cháu ngoại trai (=cháu ngoại giai) |
| | 兆軟齋（＝兆軟崖） |

| 外孫女 | Cháu ngoại gái |
| | 兆軟讓 |

| 姪兒 | Cháu họ trai |
| 兆和齋 | |

| 姪女 | Cháu họ gái |
| 兆和讓 | |

| 外甥 | Cháu ruột trai |
| 兆日齋 | |

| 外甥女 | Cháu ruột gái |
| 兆日讓 | |

| 女婿 | Con rể |
| 郭爺 | |

| 媳婦 | Con dâu |
| 郭邀 | |

（5）人際關係

Quan hệ giao thiệp

望黑要帖

同事	Đồng sự
	龍剩

朋友	Bạn
	榜

同學	Bạn học
	榜賀

男朋友	Bạn trai
	榜齋

女朋友	Bạn gái
	榜讓

鄰居	Làng xóm (=Hàng xóm)
	朗社（＝行社）

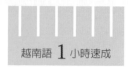
老闆　　　　　　　　Ông chủ

喔竹

員工　　　　　　　　Nhân viên

應因

房東　　　　　　　　Chủ nhà

竹亞

房客　　　　　　　　Người thuê phòng

扔貼風

 知識改變命運，語言能力是成功利器。

96

（6）代名詞

Đại từ
來等

你

Ông（先生）、bà（太太）、chú（叔叔）、thím（嬸嬸）、bác（伯父、伯母）→（對老年人），anh（哥哥）、chị（姐姐）→（對稍年長），cô（小姐）、bạn（朋友）、đồng chí（同志）或直呼對方名字→（對平輩），em（小弟小妹）、con（孩子）、cháu（孫子）或直呼對方名字→（對晚輩），thằng→（稱小孩、卑微或同輩的暱稱），mầy、mi、bây、ngươi→（對較卑微或不友善的稱呼）

翁（先生）、把（太太）、奏（叔叔）、聽（嬸嬸）、棒（伯父、伯母），安（哥哥）、幾（姐），郭（小姐）、榜（朋友）、隴記（同志），煙（小弟、小妹）、郭（孩子）、造（孫子），躺，買、妹、掰、扔

 加油！加油！每天都有進步！

我	Tôi（對平輩），em（對稍年長），Con、cháu（對老年人）等自稱 多（對平輩），煙（對稍年長），郭、召（對老年人）
他	Ông ấy（那位先生）、anh ấy（那位哥哥）、em ấy（那位小弟、小朋友）→（皆尊稱），hắn、nó →（對較卑微或不友善的稱呼） 翁愛（那位先生）、安愛（那位哥哥）、煙愛（那位小弟、小朋友），行、諾
她	Bà ấy（那位太太）、chị ấy（那位姐姐）、em ấy（那位小妹、小朋友）→（皆尊稱），hắn、nó →（對較卑微或不友善的稱呼） 把愛（那位太太）、幾愛（那位姐姐）、煙愛（那位小妹、小朋友），行、諾

你們

Các ông（各位先生）、các bà
（各位太太）、các cô（各位小
姐）、các chú（各位叔叔）、các
anh（各位哥哥）、các chị（各位
姐姐）、các bạn（各位朋友）、
các em（各位小弟、小妹、小朋
友）

槟翁（各位先生）、槟把（各
位太太）、槟郭（各位小姐）、
槟奏（各位叔叔）、槟安（各
位哥哥）、槟幾（各位姐姐）、
槟榜（各位朋友）、槟煙（各
位小弟、小妹、小朋友）

我們

Chúng tôi、chúng ta、tụi
mình

中多、中搭、對瞞

 配合 MP3 反覆練習，收「聽」、「說」雙重效果！

335

他們	Mấy ông ấy（那些先生）、mấy bà ấy（那些太太）、mấy anh ấy（那些哥哥）、mấy chị ấy（那些姐姐）、mấy bạn ấy（那些朋友）→（皆尊稱）、họ、tụi nó、chúng nó →（對較卑微或不友善的稱呼）
	賣翁愛（那些先生）、賣把愛（那些太太）、賣安愛（那些哥哥）、賣幾愛（那些姐姐）、賣榜愛（那些朋友），活、對諾、中諾
誰	Ai
	挨
你的	Của anh, của chị, của bạn
	骨安 骨幾 骨榜

我的　　　Của tôi

骨多

他的　　　Của nó（他的）、của anh ấy
（那位哥哥的）

骨諾（他的）、骨安愛（那位
哥哥的）

誰的　　　Của ai

骨挨

 搭配 MP3 學習效果加倍，發音標準、開口流利！

旅遊滴雞精

越南一點通

瞄準越南現況

越南在1975年南越落入共產黨手中後，即成為社會主義共產國家，首都是河內，但國內第一大城則是擁有450萬人的胡志明市。

由於越南過去經年累月的戰火，加上共產主義較不重視民生建設，因此越南的公共設施普遍落後，至1986年經濟改革之後，越南已成東協五國，經濟大躍進。而台灣則在「南向政策」的鼓勵下，也開始到越南投資設廠，到2001年底，台灣已經是外國投資的第二位，現在日本也積極進軍越南。

越南本是以農立國，在開放農業私有化後，越南更一躍成為世界的第二大稻米出口國，而稻米、茶葉、咖啡和腰果，都是越南的主要出口農產品。

越南的信仰自由，有百分之五十三信仰佛教，信仰天主教者則佔百分之四十，道教百分之六，另外還有基督徒與回教徒等。

旅遊滴雞精

越南一點通

細說越南歷史

由於中南半島自古以來即是多種種族、國家雜處之地，因此紛紛擾擾的戰爭與內鬥也不免發生在越南身上。最早入侵越南，同時統治最久的是中國，之後法國、日本均曾佔領過越南。

1954年越南以北緯十七度劃分為北越與南越，當時北越由胡志明領導，屬於共產主義國家，後來60年代末至70年代初，美國為防止南越也遭赤化命運，於是大舉派兵至越南，是為「越戰時期」。後美國因輿論反戰，便撤出越南，至1975年，南越也落入共產黨手中，越南於是成為社會主義共產國家。

法國對越南的殖民，影響越南近代較深，至今越南各地仍留存相當多的法式雄偉建築，例如觀光勝地紅教堂，即是出自法國建築師之手。

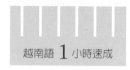
旅遊滴雞精

越 南 一 點 通

水上木偶劇

越南的木偶劇是越南相當有特色的傳統民間舞台戲,由熟練的師傅操控木偶與繩子,木偶就像有了生命一樣活靈活現。而越南的木偶劇最獨一無二的地方是,它是世界上唯一在水上表演的木偶劇,表演者必須全程一、兩個小時都蹲在水裡,過去據說是一種向皇帝祝壽的表演藝術,一般民眾根本沒有眼福,但隨著時間演變,水上木偶劇不但成為鄉村居民娛樂的休閒活動,還成為著名的觀光產業。

水上木偶劇通常都是在鄉間的池畔間表演,一般會在水上先搭上一座紅磚瓦頂的「水上神亭」,用一張竹簾垂到水面上,表演者就躲在簾後操控木偶。

水上木偶劇的表演內容,以越南的神話故事居多,如劍湖金龜索劍是越南有名的傳說故事,另外也有民俗活動,如仙女舞蹈、鳳凰舞、舞獅等,相當值得一看。

遊滴雞精

越南一點通

旅遊須知

　　到越南旅遊有一些是旅客不可不注意的事項，提醒各位留心，以免遺憾。

　　越南海關規定個人如果攜帶超過美金三千元的外幣入境，必須翔實填寫在「入出境申請單」上申報，如果沒有據實辦理，而被海關查獲，超過美金三千元以上的部分將會被沒收，還會被處罰。若攜帶照相機等攝影器材入境，也要確實申報，表示是個人物品，不會留置越南，否則會遭到海關人員刁難。

　　由於越南的衛生條件較差，因此冰品、生菜等最好盡量避免食用，以免腸胃不適。生水不可生飲，最好買礦泉水飲用。

　　越南是共產國家，公安系統嚴密，但對外國人的搶案、竊案仍不少見，尤其是採用飛車搶奪方式更須小心，因此儘量不要將重要證件，如護照放在側背的皮包裡，錢財等貴重物品盡可能不要離身。

　　近年來台灣迎娶越南新娘的風氣盛行，但與越南人結婚時必須注意男方應滿二十歲，女方則應滿十八歲，以免觸法，此外，結婚前最好先進行健康檢查。

旅遊滴雞精

越 南 一 點 通

胡志明市（西貢）－東方明珠今與昔

胡志明市，舊稱「西貢」，一九四五年越南為共產黨所佔領，共產黨將首都移往河內，而為了紀念越南國父，也是越南共產黨的領袖胡志明，所以就將西貢改名為「胡志明市」。

胡志明市不但是越南第一大城，也是世界各國進出越南的重要門戶，這顆燦爛的東方明珠曾經因為越戰而失色，但現在的胡志明市已經重拾往日風華，越來越多的五星級飯店與餐廳進駐，越來越多的觀光客到此遊覽，使得胡志明市的白天是人潮熙來攘往，晚上也依然霓紅閃爍、喧嘩熱鬧，儼然是座不夜城。

夜遊西貢河是各國觀光客最喜愛的餘興節目，而在西貢的水上餐廳用餐，不但能盡享美食，還能一覽美麗夜景，幾乎是所有觀光客到胡志明市必遊的行程。

小遊滴雞精

越南一點通

品嚐南洋風味美食

　　越南以農立國，所以稻米也是其主食，越南菜和中國菜有些相似，但口味比較清淡，越南雖然也屬於東南亞，但是菜餚的烹飪上則不似鄰國泰國、馬來西亞，那麼強調香料的氣味，越南菜的特色就是儘量保持原汁原味，也很少用煎或炸，所以當地的青菜多半以生菜的方式食用。

　　越南菜有許多著名料理，是相當值得饕客們嚐嚐看的，例如越南招牌菜越式春捲、甘蔗蝦、牛肉河粉、糯米雞等。自從越南東家羊肉爐在台灣聲名大噪後，到越南享用個道地的羊肉爐，也是許多觀光客的首選呢！

　　有一種越南人喜愛的點心，是許多觀光客敬而遠之的料理，那就是鴨仔蛋，顧名思義，那是尚未孵化完全的鴨蛋煮熟而成的，通常會放在桌上一旁當作小菜，奉勸沒有膽子的人，可別隨便拿桌上的蛋來吃喔！

旅遊滴雞精

越南一點通

魚露

　　談到越南菜，有一樣東西可說是越南菜的精髓所在，那就是核心配料─魚露。對初次嘗試越南魚露的觀光客可能覺得又腥又臭，但對當地越南人來說，魚露有如人間美味。

　　魚露的製作過程並不難，過去魚露是當地人每家每戶必備的自製聖品，現在則多由工廠生產。簡單來說，魚露的作法是將新鮮的魚醃製在封閉的木桶中，然後再將魚發酵後流出的汁液過濾精製，就能得到精純的魚露。通常當地人會將精製的魚露搭配辣椒、醋、檸檬等佐料調配，如此真正的魚露才算大功告成。

　　越南人認為魚露對女性身體具有相當的療養功效，經常食用可以永保青春窈窕，所以魚露也是越南女性的美容秘方呢！

旅遊滴雞精

越南一點通

越南國服—長衫

　　如果對越南航空的空姐穿著有點印象的話，應該就會知道那些空姐身上的衣服就是越南的國服—長衫，這種衣服通常是以質料輕盈柔軟的布料裁剪而成，有些類似中國的旗袍，但是自腰部以下開衩做成褲裝。上半身剪裁合身，腰部的高衩較寬，搭配寬鬆的喇叭型褲管，使穿著國服的越南女子走起路來搖曳生姿。

　　由於受到西方近代文化以及一九四五年的革命影響，使得越南國服反而逐漸失去蹤跡。但近年來越南政府開始鼓勵婦女穿著國服，也規定國中以上的女學生制服必須穿著越南國服，現在旅客在越南的街道上，又能親眼目睹越南國服的清新風采了。

旅遊滴雞精

越南一點通

笠帽風情

　　說起越南人，大部分人忍不住浮現腦海的應該是一個個穿著黃色開叉長衫、長褲，以及頭上戴個斗笠的模樣，這頂「笠帽」真可說是越南人的「正字標記」。據說笠帽是為了因應古時蓄留長髮的農民農作方便而出現的，而其圓錐造型能適應各種頭型，後來則成了越南男女老少都不可少的必需品。

　　越南的笠帽是由竹子和草編織而成，輕便又防曬、防雨，現在則成了到訪的觀光客喜愛購買的紀念品，笠帽除了有實用的功能，現在又多了觀光與藝術的價值。

遊滴雞精

越南一點通

胡志明鞋

　　乍聽之下，你可能會以為這鞋是越南之父胡志明所發明的，不過事實上胡志明鞋是戰爭下的產物，這種鞋最早出現在胡志明領導對法國作戰時，因為當時許多越南軍民都利用法國軍隊所留下來的輪胎，製成塑膠的鞋子，耐用又方便，而且一毛錢也不必花，便成了風行一時的「國鞋」，「胡志明鞋」的稱謂也由之而來。

　　雖然現在經濟進步，舊時的「胡志明鞋」可說不復可見，但當地居民仍然喜歡穿著涼鞋就出門上街去。

越南語系列：07

第一次學越南語，超簡單

合著／陳依僑, Nguyen Kim Nga
出版者／哈福企業有限公司
地址／新北市板橋區五權街16號
電話／(02) 2808-4587　傳真／(02) 2808-6545
郵政劃撥／31598840　戶名／哈福企業有限公司
出版日期／2017年7月　再版／2022年2月4刷
特價／NT$ 349元(附MP3)

⋯⋯⋯⋯⋯⋯⋯⋯⋯⋯⋯⋯⋯⋯⋯⋯⋯⋯⋯⋯⋯⋯⋯⋯

全球華文國際市場總代理／采舍國際有限公司
地址／新北市中和區中山路2段366巷10號3樓
電話／(02) 8245-8786　傳真／(02) 8245-8718
網址／www.silkbook.com　新絲路華文網

⋯⋯⋯⋯⋯⋯⋯⋯⋯⋯⋯⋯⋯⋯⋯⋯⋯⋯⋯⋯⋯⋯⋯⋯

香港澳門總經銷／和平圖書有限公司
地址／香港柴灣嘉業街12號百樂門大廈17樓
電話／(852) 2804-6687　傳真／(852) 2804-6409
特價／港幣116元(附MP3)

⋯⋯⋯⋯⋯⋯⋯⋯⋯⋯⋯⋯⋯⋯⋯⋯⋯⋯⋯⋯⋯⋯⋯⋯

email／haanet68@Gmail.com
網址／Haa-net.com
facebook／Haa-net 哈福網路商城

⋯⋯⋯⋯⋯⋯⋯⋯⋯⋯⋯⋯⋯⋯⋯⋯⋯⋯⋯⋯⋯⋯⋯⋯

國家圖書館出版品預行編目資料

第一次學越南語,超簡單! / 陳依僑, Nguyen Kim Nga合著.
– 新北市：哈福企業, 2017.07
　　面；　公分. -- (越南語系列；7)
　ISBN 978-986-94966-2-9 (平裝附光碟片)

1. 越南語 2. 讀本

803.798　　　　　　　　　　　　　　　106011368